அந்த அறைக்குள்

பதிப்பகம்

Antha Araikul

Written By Bhagyalakshmi

 Special credits to Abitha, Dr.Niveditha and Dr.Nitin Chopra.

ISBN (Paperback) - 9789390724345

First Edition : 2021

Book Design by POETRY WORLD

Printed In India

Printed at TechShresta Solutions Private Limited, India

அந்த அறைக்குள்

எழுதியவர்

பாக்யலட்சுமி

பாக்யலட்சுமி .K

பாக்யா சிவக்குமார் என்ற பெயரில் எழுத்தாளர் உலகிற்கும் நான்கு வருடங்கள் முன்பு அறிமுகமானேன். என்னுடைய நாவல்கள் மற்றும் சிறுகதைகள் இணையம் வழியே காணலாம். பல தளங்களில் என்னுடைய கதைகள் இடம்பெற்றுள்ளன. பி.டபுள்.யு பதிப்பகம் மூலமாக சமீபத்தில் ஒரு நாவலை பதிப்பித்தேன். தொகுப்பு நூல்களிலும் பங்கேற்றுள்ளேன்.

அந்த அறைக்குள்

அந்த அறைக்குள் ஓர் அற்புதமான த்ரில்லர் நாவல். கடைசி வரை வாசகர்களை எதிர்பார்ப்புடன் வைத்திருக்கும். ஒரு அறைக்கு பின்னால் இருக்கும் மர்மம் பற்றிய கதை.

அத்தியாயம் 1

காரைக்குடி பக்கத்தில் இருக்கும் அழகிய சிற்றூர் அது. அங்கு இருக்கும் வீடுகள் அனைத்தும் பாரம்பரியம் மிக்க அழகிய வேலைபாடுகள் கொண்டதாகும். முன்னே வாசல் கதவை திறந்தால் சுமார் 400 மீட்டர் வரை சென்றால் தான் பின் வாசலே வந்தடையும் அந்த அளவுக்கு பெரிய வீடுகளாகும். அங்கு ஒரு காலத்தில் பாரம்பரியமாக கூட்டுக்குடும்பமாக தான் எல்லோரும் வாழ்ந்து வந்தனர்.

நாளடைவில் இளைய தலைமுறையினர் வெளியூர் சென்றுவிடவே ஆங்காங்கே குடும்பங்கள் தனித்து காணப்பட்டது ஆனால் இன்னும் நம் துரைராஜ் குடும்பம் அவ்வாறு கூட்டுக்குடும்பமாகவே வாழ்ந்து வருகின்றனர். துரைராஜ்க்கு ஒரே மகள் திருமணமாகி சென்றுவிட்டாள் துரைராஜின் தங்கைகளும் திருமணம் ஆகி வேறு ஊர்களுக்கு சென்றுவிட அங்கு துரைராஜின் மனைவி கலாவும் துரைராஜின் தம்பி ஆனந்தனும் அவரது மனைவியுமான தேவியும் இருந்தனர். ஆனந்தன் மற்றும் தேவிக்கு குழந்தை பாக்கியம் இல்லை இவர்களுக்கு இன்னொரு தம்பியும் இருக்க அவரும் அவரது மனைவியும் பல வருடங்கள் முன்பே இறந்துவிட, இவர்கள் நால்வர் மட்டுமே அவ்வீட்டில் ஒற்றுமையாக வாழ்ந்து வந்தனர். இவர்களது தாயார் போனவருடம் தான் காலமானார். அவ்வப்போது துரைராஜ் மகளும் மருமகனும் வந்துபோவதும் உண்டு. விசேஷ நாட்களில் துரைராஜின் தங்கைகளும் அவர்களது கணவன் மற்றும் குழந்தைகளும் வீட்டுக்கு வந்து செல்வர். அங்கிருக்கும் பலர் இவர்களது வாழ்க்கையை பார்த்து பொறாமை

கொள்வதும் உண்டு. பலர் அவ்வகையான பழங்கால வீடுகளை விட்டு நகரத்துக்கு குடிபெயர இவர்கள் மட்டும் இன்னும் அப்படியே மெயிண்டென் பன்னுகிறார்களே என்று. இவர்களுக்கு குடும்பத்தொழில் என்று ஒன்று இருந்தது. டெக்ஸ்டைல் தொழிலில் இவர்கள் அந்த ஊரில் நம்பர் 1, வரும் வருமானத்தை துரைராஜும் ஆனந்தனும் பங்குப்போட்டு கொள்வர். இவர்களுக்கு அவ்வப்போது மனஸ்தாபம் வந்தாலும் பிரியும் அளவுக்கு எல்லாம் பிரச்சனை எதுவும் இல்லை..

துரைராஜின் கைப்பேசி அழைக்க "அப்பா நான் திவ்யா பேசுறன். சென்னை ல இருக்கிற என்னோட காலேஜ் ப்ரண்ட்ஸ் எல்லாருமே நம்ப வீட்டுக்கு வருவாங்க இன்னைக்கு கொஞ்சம் நல்லா கவனிச்சு அனுப்பிடுங்க பா,இரண்டு நாள் நம்ப வீட்டில் தான் தங்குறாங்க. இவங்களே சமைத்து சாப்பிட்டுபாங்க அவங்களுக்கு வேண்டியதை நீங்க வாங்கி தந்தாலே போதும். என்னால இப்ப வரமுடியாது வீட்டுக்கு போனவாரம் தானே வந்தேன் மறுபடியும் வந்தா மாமியார் திட்டுவாங்க அதான் நீங்க என் ப்ரண்ட்ஸ பார்த்துக்கங்க பா....

"அதுக்கு என்னத்தா தாராளமா வரட்டும் ஆமா எத்தனை பேரு. என்று அவர் கேட்க" ஐந்து பேர் சிவா, விஜய், ஜெய், லதா அப்றம் அனு.

"ஹாஹா ஏன்த்தா அந்த மூனு ஆம்பள பசங்களுமா உன் ப்ரண்டு?" என்று சிரித்துக்கொள்ள,

"பா நட்புல என்ன ஆம்பள பொம்பள னு போங்கப்பா நாங்கெல்லாம் குட் ப்ரண்ட்ஸ். அதுலயும் சிவாக்கு கல்யாணம் ஆகிடுச்சு அவன் மனைவி தான் அனு."

ஓ....ஓ....சரி சரி வரட்டும்.

அப்பா அப்றம் இன்னொரு விஷயம்..

என்னம்மா?

இல்லை அதுவந்து நம்ப வீட்ல இருக்கிற "அந்த அறையில் மட்டும் யாரையும் அனுப்பிடாதிங்க, அந்த அறையின் ரகசியம் யாருக்கும் தெரியாது. என்றவுடன் முகத்தில் வழிந்த அந்த வியர்வையை துடைத்த துரைராஜ். "சரிமா" என்று போனை துண்டித்து விட்டார்.

அவர் போனை வைத்துவிட்டு அந்த இடத்தை விட்டு நகரவும் அந்த அறையை கடந்து செல்ல பல வருடம் முன்பு நடந்த நிகழ்வு எல்லாம் நினைவுக்கு வர முகம் மறுபடியும் வியர்த்தது.

"என்னங்க சாப்பிட வாங்க என்று மனைவியின் குரலில் டைனிங் டேபிளில் அமர்ந்தார், "இரண்டு இட்லி போதும் டி."

"ஏங்க இப்படி கோழி மாதிரி கொத்தி சாப்பிடுறிங்க நல்லா தான் இட்லியை பிட்டு சாப்பிடுங்க.."

“சரி டி அது இருக்கட்டும் எங்க ஆனந்தனும் தேவியும்?”

"அதுவா அவங்க இரண்டு பேரும் கோவிலுக்கு போயிருக்காங்க என்ன பன்றது அவங்களுக்கு இருக்கிற ஒரே நிம்மதி கோவிலும் தெய்வமும் தான் அந்த தெய்வம் இவங்களுக்கு ஒரு குழந்தை பாக்யம் குடுத்துருக்க கூடாதா?

விடு டி எல்லாம் விதி.....

என்னங்க ஒரு சந்தேகம்? இறந்து போன உங்கள் இன்னொரு தம்பியோட மகன் இப்ப எங்க இருக்கான்?

எனக்கு என்னடி தெரியும்?

சரி சாப்பிடுங்கள்... என்று தானும் தட்டை வைத்து சாப்பிட அங்கு திடிரென்று கதவு தட்டும் சத்தம்.... தட் தட் தட் என்று.

ஏங்க வாசக்கதவை யாரோ தட்டுறாங்க இருங்க நான் போய் பார்க்கிறேன்... என்று எழ "ஏய் கலா அது அந்த அறையின் கதவா.. இருக்குமோ."

"ஏங்க சும்மா அதையே நினைச்சிட்டு பயந்துகிட்டு போங்க...

சரி சரி. வாசக்கதவை திறந்து பாரு. கலாவும் கையை அலம்பிட்டு வாசக்கதவை திறக்க "ஹாய் ஆண்டி நாங்க திவ்யா ப்ரண்ட்ஸ்... உள்ள வரலாமா?"

வாங்க வாங்க ஏங்க யார் வந்திருக்காங்க பாருங்க என்று புன்னகையிக்க அவரும் இவர்களை வரவேற்க வந்தவர்கள் அனைவரும் அறிமுகம் செய்து கொண்டு அவர்களுக்கென்று ஒதுக்கப்பட்ட அறையை நோக்கி நடந்தனர். சிவா மட்டும் அனுவிற்கு தனியாக அறை கொடுக்கப்பட்டது.

சிவாவிடம் அனு "ஏங்க உங்கள் ப்ரண்டு. திவ்யா வீடு அரண்மனை மாதிரில இருக்கிறது என்று கூற "ஹாஹா. ஆமா ஒரு காலத்துல எங்க தாத்தா வீடும் இப்படி தான் ஆனால் எல்லாம் வித்தாச்சு.

"ஓ....சரி நான் ரெப்ரஷ் ஆகிட்டு வரேன் வந்து காபி கலந்து எடுத்துட்டு வரேன். என்று செல்ல அவளை

பின்னாலிருந்து இருகி அணைத்தவன் "ஏய் லூசு வீட்டில் வேலை செய்ற மாதிரி இங்கயும் பன்னாத நம்ம இங்க ஹனிமூன் என்ஜாய் பன்ன வந்திருக்கோம் ஓகே. எல்லாம் வேலையும் லதா பாத்துப்பா.

ஏங்க ஹனிமூன் இங்கயா? ஏதோ ஊட்டி கூட்டிட்டு வந்தமாதிரி சொல்றீங்க என்று கேலி செய்ய "என்ன பன்றது எல்லாம் என் நேரம் இங்க பாரு உனக்கு தேவை ஊட்டி தானே இங்கே பாரு ஏசி ல 20டிகிரி ல வச்சாச்சு ஓகேவா ஊட்டி க்ளைமேட் இங்கேயே வந்தாச்சு. இப்ப இந்த ரூமுக்குள் நீயும் நானும் தான் வேற யாரும் வரவே முடியாது.

வந்தாலும் துரத்திடலாம்... என்று இருவரும் சிரிக்க இவர்களது அறைக்கதவை யாரோ தட்ட இருங்க போய் பார்க்கலாம் என்று கதவை திறக்க லதா காபியுடன் வந்து நின்றாள். ஹலோ நியுலி மேரிட் கபுல்ஸ் எப்ப பாரு ரூம்லயே இருந்தா போர் அடிக்கும் ஸோ ரெடி ஆகிட்டு வாங்க வெளியே போலாம்.

என்னது வெளியே வா முதல்ல இந்த வீட்டை சுற்றி பார்க்கணும் என்று அனு கூற அதுவும் சரி தான் என்று ஆமோதிக்க அனைவரும் குளித்துமுடித்து தயார் ஆகி அவ்வீட்டை சுற்றி பார்க்க துவங்கினர்.

லதாவும் அனுவும் முதலில் சமையலறையை நோட்டமிட சென்றனர். "ஆண்டி உள்ள வரலாமா "என்று கேட்க" அட உள்ள வாங்க பசங்களா என்று இன்முகத்துடன் கூப்பிட இவர்கள் உள்ளே நுழைந்தனர். இன்னுமும் மண்செட்டிகளும் கல்செட்டிகளும் விரகடுப்பும் இருக்க பழங்கால உபரகரணங்களான அம்மி முதல் ஆட்டுக்கல் வரை அனைத்தும் இருந்தது. "ஆண்டி இட்ஸ் ஸோ நைஸ்," என்றதும் "ஏம்மா என்னமோ

காட்சிப்பொருள் மாதிரி பாக்குறிங்க இது என்ன அவ்வளவு பெரிய அதிசயமா?" என்று சிரித்தவாறே வினவ "ஆமா ஆண்டி நாங்க எல்லாம் மிக்ஸி க்ரைண்டர்னு பயன்படுத்தி எங்க ஆரோக்கியத்தை நாங்களே கெடுத்துக்கிறோம். இதெல்லாம் பார்க்கிறப்ப சிட்டி ல இருக்கிற நாங்க எவ்வளவு தப்பு பன்றோம்னு தோனுது...

அதற்குள் கலாவின் ஓர்ப்புடியார் தேவி உள்ளே நுழைய "அக்கா யார் இவங்க எல்லாம் என்று கேற்க..

"இவங்க நம்ப திவ்யா கூட சென்னைல படிச்சவங்க சும்மா ஊரை பார்க்கலானு வந்துருக்காங்க.

"ஓ அப்படியா என்று முடிப்பதற்குள்" அம்மா நீங்க திவ்யாவின் சித்தி தானே? என்று லதா கேட்க "எ..என்னமா சொன்ன திரும்பி சொல்லு.."

அம்மானு சொன்னேன்.

இத்தனை வருஷம் இந்த வார்த்தைக்காக தான் நான் ஏங்குனேன் யார் பெத்த புள்ளையோ என்ன வாய்நிறைய அம்மானு கூப்பிடுற நீ நல்லாருக்கனும் என்று அவளை அணைத்து நெற்றியில் முத்தமிட "அம்மா நீங்க ஏன் குழந்தை இல்லை னு வருத்தப்படுறீங்க இன்னைல இருந்து நான் அனு சிவா எல்லாரும் உங்கள் பசங்க தான் ஓகேவா?

"ஓகே மா நீங்க இங்கே தங்குற வரைக்கும் இந்த அம்மா கையால தான் சாப்பாடு சரியா?"

"சரிங்க மா..."

..

இன்னும் சமையலறைல இவளுங்க என்ன தான் பன்றாங்க என்று சிவா உள்ளே நுழைய அவன் பின்னாலே விஜய் ஜெய் இருவரும் நுழைய அந்த பாரம்பரிய மிக்க கிச்சனை இவர்களும் ரசித்துவிட்டு அனைவரும் அந்த வீட்டில் மற்ற அறைகளை காண சென்றனர்.

"அய்யோ கால் எல்லாம் வலிக்குது மச்சான்ஸ் என்று சிவா கூற."

"நல்லது இன்னைக்கு நைட் நல்லா தூக்கம் வரும் அசதியில்," என்று ஜெய் கூற

"டேய் அப்ப இவன் இன்னைக்கு நைட் பர்பார்மென்ஸ் பன்ன முடியாது ல அதை நினைச்சு வருத்தப்படுறான் டா என்று விஜய் கூற. சிவா முறைத்தபடி "ஏண்டா பக்கத்தில் நிக்கிற என் பொண்டாட்டி என்னடா நினைப்பா கம்முனு வாங்க டா" என்று கூற "அதெல்லாம் ஒன்னும் நினைக்கமாட்டோம்" என்று அனு கூற "ஆமா ஆமா அனு தான் எங்கள் எல்லார்கூடவும் ப்ரண்டு ஆயிட்டாளே கண்டிப்பாக எதுவும் நினைக்கவும் மாட்ட துவைத்து காயப்போடவும் மாட்ட வாங்க பேசாம" என்று லதா கூற...

ஆமா இந்த வீடு பார்த்தா ஏதோ பெரிய பேய் வீடு மாதிரி இருக்கு இம்புட்டு பெருசா ச்ச ஒவ்வொரு ரூமா நடந்து போறதுக்கு கால் எல்லாம் சம்ம வலி என்று அனு கூற

"அது எப்படி புருஷனும் பொண்டாட்டியும் ஒரே மாதிரி சொல்றீங்க" என்று அனைவரும் கோரஸ் நக்கல் அடிக்க அந்த அறையை நெருங்கினர்.

"அம்மாடி இந்த ரூமுக்கு மட்டும் யாரும் போகாதிங்க...." என்று குரல் கொடுத்தார் நம் துரைராஜ்.

ஏன்? அந்த ரூமுக்கு போக கூடாது அங்கிள் என்று விஜய் கேற்க. "போகக்கூடாதுனா போகக்கூடாது அவ்வளவு தான். நாங்களே அந்த அறையை பயன்படுத்துரது இல்லை. சரி சரி மத்த ரூமெல்லாம் பார்க்கலாம் வாங்க என்று ஜெய் கூற அப்படியே நடந்து நடந்து பின்வாசல் வரை வந்தனர். அனு அங்கிருந்த தண்ணீர் குவளையை எடுத்து தண்ணீர் மொண்டு குடிக்கும் போது அவள் தோளை பின்னாடியிருந்து யாரோ தட்டினர்.

யார்?

அத்தியாயம் 2

தண்ணீர் குடித்துவிட்டு திரும்பி பார்க்க அவள் தோளை தட்டியது வேறு யாருமில்லை அவளுடைய கணவன் சிவா. "ஏய் என்ன ஆச்சு ஏன் முகமெல்லாம் வியர்க்குது? எதாவது பயந்துட்டியா என்றதும் உதட்டை சுலித்தாள் "எல்லாம் உங்களால தான் தோளை தட்டியது யாரோ என்னமோ னு ஒரு நிமிஷம் உடம்பெல்லாம் நடுக்கி போயிடுச்சு "ஏங்க இப்படி எல்லாம் பன்றீங்க ஒரு வார்த்தை அனு என்று கூப்பிட்டால் தான் என்னவான்?" என்றதும் "ப்ச் இங்க பாரு அனு நம்ப திவ்யா அறையில் நிறைய ஓவியங்கள் எல்லாம் இருக்கிறது அதை உனக்கு காட்டலாமேனு கூப்பிட வந்தேன்"

"சரி வாங்க போவோம்" திவ்யாவின் அறையில் இருந்த ஓவியங்களை அனைவரும் நோட்டமிட அங்கு அழகான ஒரு ஆண்குழந்தையின் உருவம் ஓவியமாக வரையபட்டிருக்க அது யார் என்றபடி ஆச்சரியமாக பார்க்க துவங்கினர்.

"மச்சி எனக்கு என்னமோ இது இவங்க குடும்பத்து ஆளு மாதிரி தான் தோன்றுகிறது. நீங்களே பாருங்கள் இது நம்ப திவ்யா முகத்தோட சாயல் ஓரளவு தெரியும்," என்றான் விஜய்.

"அட ஆமாம், இந்த குழந்தைக்கு இந்நேரம் குறைந்தபட்சம் 25 வயதாவது இருக்கும் நினைக்கிறேன் என்றான் சிவா." லதாவும் அனுவும் ஒருவர் முகத்தை ஒருவர் பார்த்துக்கொண்டனர். இவர்கள் இதையெல்லாம் ரசித்தபடி இருக்க திவ்யாவின் அறைக்கதவு தானாக மூடிக்கொண்டது "படார்" என்ற சத்தம், அனைவரும்

திரும்பி பார்க்க கதவு மூடியிருப்பதை பார்த்து முதலில் காற்றில் கதவு தானாக மூடிக்கொண்டு இருக்கலாம் என்று நினைத்தாலும் பிறகு ஏதோ ஒரு பயம் அவர்களை தொற்றிக்கொள்ள "டேய் என்னவென்று போய் பாருங்களேன் டா" என்று லதா கூற "ஆத்தி நாங்க போகல "இரு இரு என்னதான் நடக்கிறது என்று பார்ப்போம் என்று பயத்துடன் இருக்க...

"அட அதுக்காக இப்படியே இங்கேயே இருக்கமுடியுமா என்ன? இருங்க நானே முயற்சி பன்றேன் என்று லதா கதவருகே சென்று கதவு பிடியை பதற்றத்துடன் பிடித்து திறக்க முயன்றபோது லேசாக திறந்துகொண்டது "அட கதவு திறந்தாச்சு வாங்க போலாம், நம்ப சொன்ன மாதிரி காற்றில் கதவு போய் டம்முனு சாத்திருக்கும் என்று லதா கூற, பின் தொடர்ந்து அனைவரும் வர பின்னால் வந்துக்கொண்டிருந்த சிவாவை பின்னே வந்து யாரோ தங்களது கைகளால் கண்களை பொத்த "யார் இது" என்று குரல் கொடுக்க அனைவரும் திரும்பி பார்த்து விட்டு "ஏய் திவ்யா நீ எப்படி வந்த? என்று கேள்வி எழுப்ப அவள் முதலில் பலத்த சிரிப்பினை தந்துவிட்டு "அடபாவிகளா இப்படியாட பயப்படுவீங்க? என் அறையில் நீங்க இருக்கிறப்ப பின்னாடி வந்து கதவை சட்டென்று சாத்தியது நான் தான். அய்யோ அய்யோ நீங்க இப்படி பயப்படுவீங்க னு நான் நினைச்சு கூட பார்க்கவில்லை.

"அது சரி நீ வரமாட்டனு தானே டி சொன்ன திடிருனு எப்படி வந்த? என்று லதா வினவ"

"முதல்ல என் மாமியார் விடவில்லை அப்றம் என் கணவர் தான் அவங்க அம்மாவை சமாதானம் பன்னி என்னை அனுப்பி வச்சாரு."உங்கள் எல்லாரையும்

விட்டுட்டு என்னால் எப்படி இருக்க முடியும் சொல்லுங்கள்?

"உண்மை தான் திவ்யா நீ இல்லாமல் உன் வீட்டில் வந்து இருக்க எங்களுக்கும் சங்கடமாக தான் இருக்கு.நீ வந்திருந்தா நல்லாருக்கும்" னு நானும் சொல்லிட்டே தான் இருந்தேன் என்று அனு கூற இவர்கள் உரையாடல் நீண்டு கொண்டே போனது.

"ஆமாம் அந்த வரைப்படத்தில் ஏதோ ஒரு ஆண்குழந்தை உருவம் இருக்கே அது யார்? என்று அனைவரும் திவ்யாவிடம் கேட்க "அது வந்து.. என்னோட சித்தப்பா மகன். என்னோட இரண்டாவது சித்தப்பா சித்தி இரண்டு பேருமே இல்லை இறந்துட்டாங்க என்று திவ்யா கூற ஆர்வமுடன் பார்த்தனர்.

"அப்படி என்றால் அந்த குழந்தை இப்ப எங்கே? என்று ஜெய் கேட்க...அவளுக்கே அதற்கான விடை தெரியவில்லை "எனக்கு இப்ப அந்த குழந்தை எங்க இருக்கும் னு தெரியாது என்று பதிலளிக்க.

திவ்யாவின் சித்தி தேவி (ஆனந்தன் மனைவி) அழைக்க அனைவரும் சாப்பிட சென்றனர். அனைவரையும் கீழே பாய் விரித்து அமரவைத்து அவர்களுக்கு வாழைஇலையை விரித்து முதலில் அதில் சிரிது உப்பு வைக்க அதற்கு காரணம் புரியாது லதா அவர்களிடம் "அம்மா இது என்ன முதலில் உப்பு வைக்கிறிங்க இதற்கு பின்னாடி எதாவது அர்த்தம் இருக்கிறதா" என்று வினவ.

"ஹாஹா உப்பு இல்லா பண்டம் குப்பையிலே னு சொல்லி கேள்விபட்டுருப்பிங்க நினைக்கிறேன். ஒரு உணவோட சுவையை கூட்டுவது உப்பு தான்.. நான் சமைத்து வைத்த உணவில் உப்பு குறைவாக இருக்கும்

பட்சத்தில் இதை நீங்கள் சேர்த்துக்கொள்ளவே முதலில் உப்பு வைத்துள்ளேன்." என்று கூற "அம்மாடியோ நான் கூட எதற்கு டா காரணமே இல்லாமல் உப்பு இலையில் வைக்கிறீர்கள் என்று யோசித்தேன் என்று லதா கூற அடுத்து இலையில் கேசரி, வடை, உருளை வறுவல் என அடுக்கடுக்காக பதார்த்தங்கள் வைக்கப்பட்டன.

எல்லாவற்றையும் விரும்பி சாப்பிட்டு முடித்துவிட்டு கை அலம்ப சென்றனர். சமையலறையின் பக்கத்தில் ஒரு அண்டாவில் நிறைய தண்ணீர் நிரப்பி வைத்திருந்த நிலையில் அதிலிருந்து தண்ணீர் மொண்டு அனைவரும் கை அலம்ப கடைசியில் திவ்யாவும் கையலம்ப சென்றபோது அண்டாவில் இருந்த நீர் வெதுவெதுப்பாக தெரிந்தது. "என்ன இது தண்ணீர் எப்பவுமே இந்த க்ளைமேட்க்கு குளிரா தானே இருக்கனும் அது எப்படி வெதுவெதுப்பான தண்ணீரா இருக்கிறது என்று யோசித்தவள் தன் தாய் கலாவிடம் "மா...தண்ணீர்" என்று ஆரம்பித்தபோது அதற்குள் அனு அவளை கூப்பிட "என்ன அனு என்று ஓடிச்சென்று பார்க்க அங்கு லதாவின் கால் கட்டைவிரலில் இருந்து ரத்தம் வழிந்துக்கொண்டிருக்க "ஏய் என்னடி எங்கயாவது இடிச்சிட்டு ரத்தம் வருதா என்று கேட்க "இல்லைடி என்னனு தெரியல கட்டைவிரல் வலிக்ககூட இல்லை ஏதோ சுருக்குனு ஓர் உணர்வு என்னனு பார்க்க ரத்தம் வழியுது." என்று கூற திவ்யாவிற்கு குழப்பமாக இருந்தது. தன் தோழமைகள் விட்டு சற்று இரண்டடி நகர்ந்தாள் "அந்த அறைக்குள்" எ...ஏதாவது மாற்றம் நடக்கிறதா? அந்த சாமியார் சொன்ன மாதிரி அந்த அறைக்கதவை பூட்டி தானே வைக்கிறோம் அப்படி இருந்தும் ஏன் இப்படி?

அவளால் யோசிக்கமட்டுமே முடிந்ததே தவிர வேறு எதுவும் பதில் கிடைக்கவில்லை. "ஏய் திவ்யா

இங்க வாயேன் ரத்தம் வழியுரத உடனே போட்டோ எடுத்து அவளோட ஆளுக்கு வாட்ஸ்அப்பில் அனுப்பிட்டா பாரேன். உடனே தொடைச்சுபோட்டு வேலையை பாக்குறத விட்டுட்டு இவ பன்ற வேலையை பாரேன் என்று ஜெய் கலாய்க்க.. அவளுடைய யோசனையிலிருந்து மீண்ட திவ்யா "ஆமாம் நான் கூட கேக்கனும் நினைச்சன். ஆமா உன் ஆளு எங்க இருக்காரு என்ன பன்றாரு எதுவுமே நீ சொல்லவேயில்லை, சொல்லுடி உன் காதல் கதையை கொஞ்சம் கேட்போம் என்று திவ்யா ஆர்வமுடன் கேட்க முதலில் வெட்கப்பட பிறகு பேச்சை துவங்கினாள்.

"அவர் பெயர் ராகுல், நம்மை விட ஒருவயது சின்னவன் தான் ஆனாலும் எனக்கு அவரோட ஸ்டைல் அழகு எல்லாம் ரொம்பவே பிடிச்சிருக்க அவர் என்னிடம் கைப்பேசியில் காதலை சொன்ன அடுத்த கணமே நானும் சரின்னு சொல்லிட்டேன்."

"ஓ...வெரி இன்ட்ரஸ்டிங்" என்று கண்ணத்தில் கை வைத்தபடி அனுவும் ஆர்வமாக பார்க்க மீண்டும் லதா தொடங்களானாள்.

"அவர் இப்போது மும்பைல இருக்காரு. அவருடைய அப்பா ஒரு பிரபல எழுத்தாளர் மும்பையில். நான் அவருடைய கதைகளை எல்லாம் படித்து ஒரு வாசகியா ரிவ்வியூ தரும்போது அதில் ராகுலின் கமெண்ட் இருக்க அப்போது தான் முதன்முதலில் தெரியும் அந்த எழுத்தாளரின் மகன் தான் ராகுல் என்று.

...

அப்றம் கமெண்ட் ல துவங்கிய எங்களுடைய உரையாடல் ப்ரைவேட் சேட்டாக தொடர்ந்து அப்படியே

எங்களுடைய காதல் மலர்ந்தது. நான் இதுவரை ராகுலை நேரில் பார்த்ததே இல்லை பார்க்கணும் என்று ஆசையா இருக்கு ஆனால் எங்கே எப்போது என்று தான் தெரியவில்லை என்று சலித்துக் கொள்ள.

"கவலையே வேண்டாம் நாங்க எல்லாம் இங்க இருக்கும் போதே அவரை இங்க வரவழைத்து பார்த்துவிடு" என்று விஜய் ஆலோசனை கூற அதுவும் சரிதானே என்று அனைவரும் ஆமோதிக்க. சரி கூப்பிடுறன் என்று கூறிவிட்டு அவனுடைய எண்களுக்கு தொடர்பு கொண்டாள்.

"ராகுல் நான் ஏற்கனவே சொன்னேன்ல இங்கே காரைக்குடில ஒரு சின்ன ஊரில் என் ப்ரண்டு திவ்யா வீட்டில் இருக்கிறோம் என்று. நீங்க நாளைக்கு ப்ளைட் பிடித்து இங்க வரமுடியுமா? நான் இப்பதான் உங்களை முதன் முதல்ல பார்க்க போறேன் ரொம்ப எக்ஸைட்டிங்கா இருக்கு... என்று கூற "ஹாஹா சரி வரேன் நானும் உன்னை இதுவரை பார்த்ததே இல்லை, நம்ப இரண்டு பேரும் புகைப்படங்களிலும் வீடியோ காலிலும் பார்த்தோமே தவிர நேரில் பாராக்கவில்லை இது தான் நம்முடைய முதல் சந்திப்பு. என்று அவனும் கூற "நீங்க நேரில் வாங்க மற்றவை பேசிக்கலாம்" என்று கைப்பேசியை வைத்துவிட்டு "ஐ ஜாலி என் ராகுல் வரேனு சொல்லிட்டாரு சரி சொல்லுங்கள் அவரை எங்க வைத்து பார்க்கலாம்? என்று லதா கேட்க சிறிது நேரம் யோசித்த திவ்யா.... "ஆங் ஒரு ஐடியா அவரை நம்ப வீட்டுக்கே வரசொல்லிடு. நாளைக்கு எங்கள் வீட்டில் இருக்கும் பெரியவர்கள் அனைவரையும் எங்கயாவது அனுப்பிடலாம். நம்ப அவரோட பேசபழக வீடு தான் சரி. அவரும் நம்ம வீட்டில் என்ஜாய் பன்ன மாதிரி இருக்கும் என்று திவ்யா கூற. "ஆமாம் ஆமாம் உங்கள் வீட்டில்

நல்லா பேய் விளையாட்டு விளையாடலாம் என்று விஜய் நக்கலடிக்க அனைவரும் சிரித்துவிட்டனர்.

இவர்கள் பேசிக்கொண்டு இருக்கையில் அந்த அண்டாவில் இருந்த நீர் சூடு ஏறியப்படி ஆவிப்பறக்க இதை எதர்ச்சையாக கண்ட திவ்யா "என்ன இது? அண்டாவில் இருக்கும் தண்ணீர் எப்படி சூடாகிட்டு இருக்கிறது?" என்று யோசித்தபடி நின்றாள். பேச்சை ஒருபக்கம் நிப்பாட்டியபடி அந்த அண்டாவை நோக்கி நடக்க "அய்யய்யோ மறந்தே போயிட்டன்" என்று தாயின் குரலை கேட்டு திரும்பியவள்.

"என்ன மா?" என்று வினவ.

"திவ்யா, அந்த அண்டாவுக்கு பக்கத்தில் இருக்கும் விரகுஅடுப்பை அணைக்கவே இல்லை அது பாட்டு நெருப்பு புகைந்து கொண்டு இருக்கிறது அதை கொஞ்சம் அணைத்துவிடு" என்று கூற பெருமூச்சு விட்ட திவ்யா "அட கடவுளே இது தான் அண்டாவில் இருக்கும் தண்ணீர் சூடேர காரணமா என்று தலையில் கைவைத்தபடி நமட்டு சிரிப்பை சிரித்தாள்.

அத்தியாயம் 3

புகைந்து கொண்டிருந்த நெருப்பினை அணைத்த திவ்யா மறுபடியும் நட்புக்களுடன் அரட்டை அடிக்கத்து வங்கினாள். "நாளைக்கு பெரியவங்களை எப்படி வெளியே அனுப்பி வைப்பது "என்பது பற்றி தான் ஆலோசனை செய்துகொண்டு இருக்க ஒரு நல்ல யோசனை கிடைத்தது. நாளை பக்கத்து ஊரில் உள்ள பிரசித்தி பெற்ற அம்மன் கோவிலில் பொங்கல் வைத்து வழிப்படும் விழா ஆரம்பமாகிறது ஆதலால் அனைவரையும் அங்கு அனுப்பி வைத்து விடுவோம் என திட்டமிட்டனர்.

இவர்கள் திட்டமிட்டபடி பெரியவர்கள் காலையிலேயே தலைகுளித்து விட்டு விரதம் இருந்து கோவிலுக்கு சென்றுவிட நட்புகூட்டம் வீட்டில் சந்தோஷமாக உலா வந்தனர். இன்னும் சற்று நேரத்தில் ராகுலும் வந்தடைவான். விமானநிலையத்திலிருந்து கிளம்பினான் என்று லதா மற்ற நண்பர்களுக்கு தகவல் தெரிவிக்க அவனை வரவேற்க ஆவலாக இருந்தனர்.

"ஏய் லதா நீ போய் ஒரு நல்ல புடவையை எடுத்துக் கட்டு முதன் முதலில் உன் காதலனை சந்திக்கும் தருணம் இது ,இப்படி ஏனோதானோ என்று இருந்தால் நல்லாவா இருக்கும்" என்று திவ்யா கூற அவள் சொல்படி ஒரு நல்ல அரக்கு நிறச்சேலையை உடுத்திக்கொண்டு காத்துக்கொண்டு இருந்தாள். "ஹாய் ப்ரண்ட்ஸ்" என்று கூச்சலிட்டபடியே வந்து வீட்டினுள் நுழைந்தான் ராகுல். அவனை கண்ட அடுத்த நொடி திவ்யா பின் ஒளிந்துக்கொண்டாள் லதா.

"ஆமா லதா எங்கே?" என்று அவன் வினவ.

ஒளிந்துக்கொண்டிருந்த லதா அவன் கண்முன்னே வந்து வெட்கத்தோடு நிற்க, அவளை முதன்முதலில் பார்த்த அந்த நொடி அவனை அவன் பெயரையே மறக்க வைத்தது.

"லதா.. இந்த புடவையில் நீ ரொம்பவே அழகா இருக்க" என்று அவன் கூற

வெட்கத்தில் அந்த இடத்தை விட்டு ஓடிச்சென்றாள். பின்னாடியே இவனும் அவளை பிடிக்க ஓடினான்.

"ம்ம்ம் சரியா போச்சு போ. இதுங்க காதல் கண்ணாமூச்சி விளையாட ஆரம்பிச்சாச்சு" என்று சிவா சலித்துக் கொள்ள.

"ஹலோ சிவா அவர்களே தாங்களும் இப்படிதானே ஒரு காலத்தில் அனுவுடன் விளையாடிக்கொண்டு இருந்தீர்கள்" என்று ஜெய் கலாய்க்க, "எனக்கும் ஒருகாலம் வரும் மச்சான் உங்களை கலாய்க்க அப்ப வச்சிக்கிறேன் கச்சேரி" என்று சிவா கூற இப்படியே பேச்சு வளர்ந்தது.

ஓடிச்சென்ற லதா "அந்த அறைக்குள்" இருக்கும் கதவினை திறந்து உள்ளே ஓட அவளை விரட்டிய அவனால் அந்த அறைக்குள் செல்லவே முடியவில்லை கால் வைக்கிறான் ஆனால் நகரவே இயலவில்லை. இந்த மாற்றத்தை கண்ட அவனுக்கு அதிர்ச்சியில் தலை சுற்றியது.

"லதா...லதா.." என்று கத்தினான் அவன்.

என்ன ஆச்சு ராகுல் என்று ஓடிவந்து பார்த்த லதா "உ...உன்னால ஏன் உள்ள வரமுடியல்லை"

தெரியவில்லை லதா என்று பதறினான். இவனது பதற்றம் அவளுக்கும் தொற்றியது "டேய் வாடா நம்ப போய்விடலாம். ஏற்கனவே இந்த அறைக்குள் இவங்க வீட்டில் யாரும் போகமாட்டாங்க நான் ஓடிவர அவசரத்தில் இந்த அறைக்கதவை திறந்துட்டேன். இரு இந்த கதவை சாத்திட்டு நம்ப போய்விடலாம் என்று அவனுடன் வந்து ஹாலில் அமர்ந்திருக்கும் நட்புகளுடன் இவர்களும் அமர்ந்துக்கொண்டனர்.

"ஆமா மிஸ்டர் ராகுல் என்ன ஆச்சு முகமே வாடியிருக்கு?" என்று திவ்யா கேட்க.

"விடு திவ்யா அவரு பார்க்க கூடாததை எதையோ பார்த்து விட்டார் போல" என்று ஜெய் நக்கலடிக்க.

"அதெல்லாம் ஒன்றுமில்லை" என்று கூறின ராகுல் மனதிற்குள் அந்த அறையை பற்றின எண்ண ஓட்டங்களை ஓட்டிக்கொண்டிருக்க

"ஓகே எல்லாரும் சேர்ந்து டிபன் சாப்பிடலாம் நான் உணவகம்ல இருந்து வரவழைத்து இருக்கிறேன்" என்று திவ்யா கூறிவிட்டு அனைவருக்கும் தட்டை கழுவி டைனிங் டேபிளில் வைக்க. அனைவரும் சிற்றுண்டி சாப்பிட்டுவிட்டு வீட்டுக்கு அருகாமையில் இருக்கும் தோட்டத்திற்கு செல்லலாம் என்று முடிவெடுத்தனர். எல்லோரும் தயாராகிட்டு இருக்க ராகுல் ஏதோ ஒரு டைரியை கையில் வைத்துக்கொண்டு புரட்டிக்கொண்டு இருந்தான்.

"ராகுல் இது என்ன டைரி? வாங்க கிளம்புங்க" என்று லதா அவனிடம் கூற அந்த டைரியை மூடியவன் தனது பையில் வைத்துவிட்டு அவர்களுடன் தோட்டத்திற்கு சென்றான்.

அழகிய சாமந்தி மலர்களின் செடிகளும் இருக்க ஒருபக்கம் வாழைத்தோட்டமும் மறுபக்கம் தென்னைந்தோப்பும் இருக்க அந்த அழகிய கிராமத்து காட்சி இவர்கள் கண்முன்னே நின்றது.

"சூப்பரா இருக்கு இந்த இடம்" என்று அனு கூற.

"ஹாஹா இந்த இடம் எங்க தாத்தா காலத்தில் வாங்கியது. இப்ப இதை பராமரிப்பது எங்க அப்பா தான் என்று மெச்சிக்கொண்டாள் திவ்யா"

"ஆமாம் அங்கே என்ன கிணரு? இதுவும் உங்கள் தாத்தா தோண்டின கிணறா?" என்று அனு நக்கலடிக்க. அனைவரும் சிரித்தனர்.

அந்த கிணறு பொது கிணறு யார் வேண்டுமானாலும் தண்ணீர் எடுத்துக்கலாம். அங்க குளியலும் போடலாம். பெரும்பாலும் எல்லாம் இங்கே தான் நீச்சல் கற்றுக்கொள்வார்கள் என்று திவ்யா கூற.

"அப்படினா அனு வா உனக்கு இங்கே நீச்சல் கற்றுத்தரேன்" என்று சிவா கூற

"ஆமாம்... நாமும் கொஞ்ச நேரம் குளியல் போடலாம்" என்று ஜெய்யும் விஜய்யும் கூற அனைவரும் கிணற்றில் குதித்தனர். ஆனால் திவ்யா மட்டுமே நீச்சல் தெரியாத காரணத்தால் கிணற்றில் குதிக்கவே இல்லை.

அனுவிற்கு சுரக்காய் மட்டை இடுப்பில் கட்டிவிட்டதால் நீச்சல் பழகிக்கொண்டிருந்தாள்.

எல்லோரும் கிணற்றில் நீச்சலடிக்க சிறிது நேரத்தில் கண் அசரும் நேரத்தில் திவ்யா கிணற்றில் விழுந்தாள். அவளை நண்பர்கள் அனைவரும் காப்பாற்ற போராடினர்.

"மச்சி அவ உள்ள போயிட்டா டா," என்று ஜெய் கூற.

"ஒன்றும் பயமில்லை உள்நீச்சலடித்து அவளை நான் தூக்கிட்டு வரேன்" நீங்க எல்லாரும் அனுவை பார்த்துக்கோங்க அவளுக்கும் நீச்சலடிக்க வராது என்று சிவா கூறிவிட்டு உள்ளே ஆழத்தில் சென்றான் அவளுடைய கால்கள் துப்பட்டாவால் கட்டப்பட்ட நிலையில் அவள் போராடிக்கொண்டிருக்க சிவா அவளை பிடித்து மேலே தூக்கி வந்தான்.

அவளை படுக்க வைத்து அவள் குடித்துவிட்ட தண்ணீரை எல்லாம் வயிற்றில் அமுக்கம் கொடுத்து கொடுத்து வெளியே எடுத்தனர்.

பிறகு மூச்சு வந்தது அவளுக்கு பயத்தில் என்ன பேசுவது என்று கூட அவளால் யோசிக்க முடியவில்லை.

"எப்படி நீ விழுந்த?" லதா கேட்க.

"எ..என்னால எதையும் சொல்ல முடியல கொஞ்சம் நேரம் என்னை அமைதியா விடுங்க நான் மற்றதெல்லாம் அப்றம் சொல்றேன்" என்று கூறிவிட்டு எழ முயற்சித்தாள்.

"சரி நீ களைப்பா இருப்ப இரு நான் சென்று உனக்கு எதாவது குடிக்க டீயோ காபியோ வாங்கிட்டு வரேன்" என்று விஜய் சென்றான். மற்ற அனைவரும் அங்கேயே நின்றிருந்தனர். லதாவும் அனுவும் அங்கிருந்த சாமந்தி செடியில் பூத்துக்குலுங்கும் மலர்களை கண்டு ரசித்துக்கொண்டே சில மலர்களை பறித்தபடி இருந்தனர்.

"இந்தா திவ்யா டீ குடி என்று நீட்டினான் விஜய்" டீயை வாங்கி மடக்கென்று பருகியவள் "சரி வாங்க எல்லாரும் வீட்டுக்கு போகலாம் "என்றழைக்க அனைவரும் வீட்டை நோக்கி பயணித்தனர். வீட்டுக்கு வந்தடைந்ததும் அவரவர் அறையில் சென்று புகுந்து கொள்ள..

"என்னங்க" என்று அனு பேச்சை துவங்கினாள்.

"சொல்லுடி" என்றான் சிவா.

"ஏங்க உங்கள் ப்ரண்டு திவ்யா எப்படிங்க கால்கள் கட்டிய நிலையில் கிணற்றில் விழுந்திருக்க முடியும்?" எனக்கு என்னமோ யாரோ அவங்களை தள்ளி விட்ட மாதிரி தோனுது.

"நீ சொல்றது உண்மை தான்" அப்படி என்றால் யார் அவளை தள்ளியிருக்க முடியும்? அவளை தவிர எல்லோரும் கிணற்றில் அல்லவா நீந்திக்கொண்டு இருந்தோம். நமக்கு அருகில் ஆள் நடமாட்டம் இல்லாமல் தானே இருந்தது என்று சிவா விவரத்தை எடுத்து சொல்ல "ம்ம்ம்" என்று தலையசித்து விட்டு

"சரிங்க நான் போய் எல்லாருக்கும் மதிய உணவு தயார் பன்னிட்டு வரேன். இப்ப இருக்கிற நிலைமையில் திவ்யா சமையலறைக்கு போக வேண்டாம். லதாவும் ராகுல் வந்த சந்தோஷத்துல மெய்மறந்து அவனுடன்

பேசிக்கொண்டு இருக்காங்க அதனால நானே சமைக்கிறேன் என்று கூற நகர்ந்த அவளை கையை பிடித்து இழுத்தவன்

"அனு...ஐ லவ் யூ" என்று அவள் கண்களை பார்த்து கூற

"என்னங்க திடிருனு? நானே பலமுறை கேட்டாலும் இந்த ஐ லவ் யூ சொல்லவே மாட்டிங்க இப்ப என்ன புதுசா?"

ஹாஹா இவ்வளவு அட்ஜஸ்ட் பன்னி அழகா என்னோட வாழ்ற உனக்கு இந்த ஐலவ்யூ கூட சொல்லவில்லை என்றால் எப்படி என்று புன்முறுவலுடன் கூற.

அப்படி என்ன நான் பன்னேன் என்று அவள் கேட்க "கல்யாணம் ஆன புதுசுல எல்லா புருஷனும் ஊட்டி கொடைக்கானல் னு கூட்டிட்டு போவான் ஆனால் நான் பட்ஜெட் ப்ராப்ளம் னு இப்படி ப்ரண்டு வீட்டுக்கு கூட்டி வந்துருக்கேன் னு நீ கொஞ்சம் கூட வருத்தமில்லாமல் என் ப்ரண்ட்ஸ் கூட சகஜமா பேசுற பழகுற எல்லா வேலையும் எடுத்து செய்ற இதைவிட வேறு என்ன வேண்டும்"என்று அவன் கூறி அவளை அணைத்து முத்தமிட்டான். அவனது பிடியிலிருந்து நழுவியவள் சமையலறைக்குச் சென்றாள்.

எந்த காய்கறியை சமைக்கலாம் என்ற குழப்பம் வந்துவிட குளிர்சாதன பெட்டியை திறந்தாள். முருங்கை காய் மற்றும் பீட்ரூட் தென்பட பீட்ரூட் பொறியல் மற்றும் முருங்கை சாம்பார் என முடிவுக்கு வர அடுத்து புளி கரைசலுக்கு புளி எங்கே எனத்தேட துவங்கினாள். அதற்குள் அங்கிருந்த விரகடுப்பை பற்றவைத்து அரிசி களைந்து சாதம் வேகவைக்க அடுப்பில் வைத்தாள்.

இதற்கிடையில் புளி டப்பா தேடும் பணி தீவிரமாக தொடர்ந்தது. "அய்யோ எங்க இந்த புளி டப்பா காணோம்" என்று மும்மரமாக தேடினாள்.

இதற்கிடையில் பீட்ரூட் கழுவி விட்டு அதை கத்தியின் உதவியால் நறுக்கிக்கொண்டிருக்க திடிரென அவள் திரும்பி பார்க்க கேஸ் அடுப்பிலிருந்து ப்ளேம் வந்துக்கொண்டிருக்க.. "நான் எப்போ கேஸ் பத்தவைச்சன்?" அது எப்படி தானாக எரிகிறது ஒன்னும் புரியலையே. சரி நம்ப கடாய் வைப்போம் சாம்பார் தாளிக்க என்று கடாய் வைத்து காய்ந்ததும் எண்ணெய் ஊற்றி தாளித்தாள். எல்லாம் வதங்கிக்கொண்டிருக்க மீண்டும் புளி டப்பாவை தேடும் படலம் துவங்கியது.

அவள் ஒருபக்கம் தேடிக்கொண்டு இருக்க அவள் பாதி வதைத்திருந்த பீட்ரூட்டை யாரோ நறுக்குவதுபோல் சத்தம் கேட்க திரும்பி பார்த்தால் யாருமில்லை. "ஆத்தி...நம்ப மிச்சம் வைத்த பீட்ரூட் யாருடா நறுக்கியது"

இங்கே என்ன நடக்கிறது? சரி புளியை தேடுவோம் என்று பக்கத்தில் இருந்த ஸ்டுலை எடுத்து போட்டு ஏறினாள். அங்கு அட்டத்தில் வரிசையாக டப்பா அடுக்கி வைத்திருந்த நிலையில் புளி டப்பாவை ஒருவழியாக எடுத்து திறந்து பார்த்தாள்.

"அப்பாடா இப்பதான் ஒருவழியாக புளி கிடைச்சிது.. அய்யோ இந்நேரம் சாதமே குழைஞ்சிருக்குமே" என்று பயத்தில் ஸ்டுலில் இருந்து மெதுவாக இறங்கி விரகடுப்பை நோட்டமிட சாதம் வெந்த பதத்தில் இருந்தது.

சாதம் பதம் பார்த்து யார் இறக்கி வச்சாங்க அய்யோ ஒன்னும் புரியலையே. என்ற குழப்பத்தில் அனு இருக்க.

இதற்கெல்லா்ம் என்ன காரணம்?

அத்தியாயம் 4

நடக்கும் மாற்றத்தை என்னவென்று அறியாமல் பயந்து போய் நம் அனு நிற்க கதவிற்கு பின்னால் நின்றிருந்த லதா வெளியே வந்து "பே" என்று சிறுபிள்ளை போல் கையை அகட்டி பயமுறுத்த பயத்திலுருந்து வெளியே வராதவள் போல் பிரம்மை பிடித்தபடி நிற்க "ஹலோ ஹலோ ரொம்ப பயந்துட்டியா" என்று அவள் தோளை உலுக்கி "சாரி டியர் உனக்கு உதவியாக இருக்கலாமே னு தான் கிச்சன் பக்கம் வந்தேன் சரி கொஞ்சம் திகில் ஏத்தி வேடிக்கை பார்க்கலானு தான் இதெல்லாம் பன்னேன்" என்று கூற முகத்தை திருப்பியவள்

"இங்கே பாரு லதா எல்லாத்துக்கும் ஒரு எல்லை இருக்கிறது ஏற்கனவே இந்த வீட்டில் இருக்கிறதுக்கு பயமாவே இருக்கு இதுல இப்படியெல்லாம் பயமுறுத்தினா ஹார்ட் அட்டாக் வந்திரும் போல நான் எவ்வளவு உள்ளுக்குள் பயந்தேன் னு எனக்கு மட்டும் தான் தெரியும்." என்று அவளுடைய பய உணர்வின் உச்சக்கட்ட நிலையை எடுத்து கூற லதாவோ சாரி என்று அவள் தாடையை பிடித்து திருப்பி மன்னிப்பு கேட்க "ஓகே சமையல் எல்லாம் முடிஞ்சிறுச்சு எல்லாரையும் கூப்பிடு லதா பறிமாறலாம்" என்று இயல்பு நிலைக்கு வந்துவிட லதா அனைவரையும் அழைக்க சென்றாள்.

முகப்பறையில் இருந்த ராகுலை முதலில் கூப்பிட்டு அடுத்தடுத்து விஜய் ஜெய்யை அழைத்துவிட்டு, சிவாவிடம் விஜய் மூலம் அழைப்பு விடுக்க, லதா தனது தோழியான திவ்யாவை அழைக்க அவளது அறைக்கதவை தட்டினாள். தாழ்பாள் போடாமல்

இருந்தது. சரி திறந்து உள்ளே நுழைவோம் என்று உள்ளே செல்ல திவ்யா அங்கில்லை...

"திவ்யா... திவ்யா எங்கே இருக்க என்று குரல் கொடுத்தபடி அறையை முழுவதுமாக நோட்டமிட்டாள். "அவள் அறையில் உள்ள பாத்ரூமில் இருப்பாளோ என்னவோ என்று பாத்ரூம் கதவை திறக்க முயற்சித்த போது அது உள்பக்கம் பூட்டியிருக்க "திவ்யா" உள்ள இருக்கியா?என்ற கேள்விக்கு பதில் எதுவும் வரவில்லை.

"தி...திவ்யா"

பதில் ஒன்றும் வரவில்லை. பயத்தில் நடுங்கி போய் உணவு வகைகளை பறிமாறிக்கொண்டிருந்த அனுவிடம் "அ..அனு கொஞ்சம் என்கூட வாயேன்"என்று திவ்யாவின் அறைக்கு அழைத்துச்செல்ல "ஏய் திவ்யா உள்ள கழிப்பறை ல இருக்காளோ என்னவோ கதவு தாழிட்டு இருக்கு ஆனால் உள்ளிருந்து அவளுடைய குரல் எதுவும் வரவில்லை டி இப்ப என்னடி பன்றது?" என்று அனுவிடம் கேட்க

"லதா, ப்ளீஸ் பதற்றம் வேண்டாம் இரு நான் ஆம்பளைங்கள கூட்டிட்டு வரேன் கதவை உடைச்சா தான் என்னனு தெரியும். இந்த கதவு எல்லாம் ரொம்ப உறுதியாக இருக்கிறது இதை நாம உடைக்க முடியாது" இரு நான் வரேன் என்று சிவாவிடம் கூறி அங்கிருந்த சிவா ஜெய் விஜய் மூவரும் வந்தனர். பின்னாடியே ராகுல் சென்றான்.

கதவை உடைக்க முயற்சித்து தோள்வி அடைய அப்போது தான் நம் விஜய்க்கு ஒரு யோசனை தோன்றியது"மச்சி இந்த பாத்ரூம்க்கு மேல ஒரு கூரை தான் மூடியிருக்கும் அதனால நான் மேல் மாடிக்கு போய் அந்த கூரையை பிரித்து எடுக்குறன் அப்றம் உள்ள ஏணி

விட்டு இறங்கி அவளை தூக்கிட்டு வந்திடலாம் என்று கூற அந்த யோசனை சரி என்று தோன்றியது.

விஜய் மேல்கூரையை அகற்றும் பணியில் ஈடுபட்டு பின்பு கூரையை விலக்கி எட்டிபார்த்தால் அங்கு திவ்யா மயங்கிய நிலையில் இருந்தாள். "மச்சி திவ்யா மயங்கி போய் இருக்கா டா வாங்க ஏணி எடுத்துக்கொண்டு" என்று குரல் கொடுக்க ஏணியுடன் சிவா ஜெய் சென்றனர்."

"ஏங்க நீங்களும் போங்க" என்று ராகுலை லதா அனுப்ப நினைத்தபோது "அதான் உன் ப்ரண்ட்ஸ் மூனு பேர் போய்ர்காங்கல இதுல நான் வேறயா?" என்று கேட்க "ச்ச ஒரு அவசரத்தில் கூட சட்டுனு ஓடமாட்டிங்களா?" அப்படினா எனக்கொரு ஆபத்து என்றாலும் இப்படி தான் நடந்து கொள்வீரோ? என்று கேள்வியை எழுப்பிக்கொண்டே போக எங்கு இவர்கள் இருவருக்கும் சண்டை வந்திடுமோ என்று பயந்த அனு "விடு லதா ராகுல் சொல்றமாதிரி மூனு பேர் போயிருக்காங்கல அவங்க பார்த்துப்பாங்க" என்று சமாதானம் செய்ய அமைதியானாள் லதா.

அவளை தூக்கிக்கொண்டு வந்தனர் மூவரும். முகத்தில் தண்ணீர் தெளித்தும் அவள் எழவில்லை. என்னசெய்வது என்று புரியாது. அவளை அழைத்துக்கொண்டு மருத்துவமனைக்கு சென்றனர்.

"மச்சி இந்த வீட்டில் ஏதோ அமானுஷ்யம் இருக்கும் டா திவ்யாவை ஏதோ பண்ணியிருக்கு" என்றான் சிவா.

"ஏங்க நீங்க வேற பயமுறுத்தாதிங்க" என்றாள் அனு.

"விஜய்யும் ஜெய்யும் டாக்டர் வெளியே வரட்டும் என்னனு கேட்போம் அமைதியாக இருங்கள்"என்று கூறிவிட்டு டாக்டர் வருகைக்கு காத்திருந்தனர்.

டாக்டர் வெள்ளை கோட் அணிந்து ஸ்தெதஸ்கோப் பிடித்தவாறு நடந்துவர "டாக்டர் டாக்டர் திவ்யாவுக்கு எப்படியிருக்கு என்று விஜய் ஓடிச்சென்று கேட்க"

"எதையோ பார்த்து பயந்துருக்காங்க இப்ப கான்ஷியஸ் வந்திடுச்சு ஒன்னும் பிரச்சனை இல்லை போய் பாருங்க" என்று டாக்டர் கூறியதை கேட்டு உள்ளே நுழைந்தனர்.

"உனக்கு ஒன்றுமில்லை யே" என்று ஓடிச்சென்று விஜய் அவளை கட்டி அணைத்து அழ..அவளும் கதறி அழுதாள்." எ...எனக்கு பயமா இருக்கு என்ன யாரோ என்னமோ பன்ன முயற்சிக்கிறாங்க" என்று அவள் திடிக்கிடும் தகவல் கூற.

"நான் அப்பவே சொன்னேன் ல அமானுஷ்யம் இருக்குனு" என்று சிவா கூற "இருக்கலாம்" என்று ராகுல் எதர்ச்சையாக கூற. திவ்யா பேச்சை துவங்கினாள்

"நான் கிணற்றில் விழுந்ததும் யாரோ தள்ளிவிட்டு தான் அதேபோல் நான் பாத்ரூமிற்கு உள்ளே நுழைந்தபோது கூர்மையான கத்திமுனையை கொண்டு என்னை வெட்ட வரும்போது நான் கூச்சலிட்டபடியே இருக்க அந்த ...அந்த.. உருவம் ம..மறைஞ்சிடுச்சு" என்று கூற.

"என்ன..? உருவமா?" என்று அனைவரும் வியப்பாக பார்க்க "ஆமாம் உருவம் தான்.என் கண்களுக்கு ஒரு உருவமா தெரிஞ்சுது என்னால அந்த

உருவத்தை தொட்டு உணரவே முடியல. அந்த உருவமானது ஆணா பெண்ணா தெரியவில்லை"என்று விஜய்யின் தோளில் சாய்ந்தபடி கண்களை துடைத்துக்கொண்டு சொல்லிக்கொண்டிருக்க.. அனைவரின் முகமும் பயத்தில் வியர்த்தது.

"மச்சான்ஸ் சிவா சொல்ற மாதிரி சம்திங் ராங்" ஏதோ ஒரு பெரிய ஆபத்து இருக்கு. நம்ப திவ்யா வை அந்த ஆபத்து தொடர ஆரம்பிச்சிருக்கு என்று விஜய் கூற.

"ஆமாம் டா எதாவது செய்யனும்" என்று ஜெய் கூற. சரி சரி விஸிட்டிங் டைம் முடிஞ்சுது நம்ப எல்லாம் வெளியே வெயிட் பண்ணலாம் என்று அனைவரும் நகர விஜய் மட்டும் திவ்யாவை பார்த்து "உனக்கு எதுவும் ஆக விடமாட்டேன் திவ்யா,நீ ப்ரண்டு மட்டுமின்றி எனக்கு அம்மா மாதிரி. எத்தனையோ நாள் உன் கை எனக்கு சாப்பாடு ஊட்டி விட்டுருக்கு,எத்தனையோ கஷ்டமான தருணங்களில் உன் அறிவுரை என் மனசை தேற்றியிருக்கு. "என்று கண்களை கண்ணீர் சிந்துவதற்கு முன் அதை தன் கைகுட்டையால் துடைத்துக்கொண்டே வெளியே வந்தான் விஜய்.

"மிஸ்டர் விஜய் உங்கள் கிட்ட ஒன்று கேட்கலாமா? என்று சற்றே முதன்முதலில் அனு விஜயிடம் ஒரு கேள்வியை எழுப்பினாள்.அவள் என்ன கேட்பாளோ என்பதை கூட யோசிக்கும் மனநிலையில் இல்லாதபோதிலும் அவளுடைய கேள்விக்கு பதிலளிக்க சற்றே ஆவலுடன் "கேளு மா" என்று தன்னுடைய குரலை சரி செய்தவாறு கூற "விஜய் நான் உங்களை கவினிச்சிட்டே தான் இருக்கேன். உங்களுக்கு மற்ற ப்ரண்ட்ஸ் ஒப்பிட்டு பார்க்கிறப்ப திவ்யா ஏன் உங்களுக்கு அவ்வளவு ஸ்பெஷல்? என்று வெடுக்கென்று கேட்டுவிட

இவனால் பதில் கூறவும் முடியவில்லை கூறாமல் இருக்கவும் முடியவில்லை.

"அனு.. நீ நினைக்கிற மாதிரி எனக்கு திவ்யா ஸ்பெஷல்னு எல்லாம் சொல்லமுடியாது அவள் என்னோட வாழ்க்கைல ஒரு அங்கம் அவ்வளவு தான்."

"புரியலை" என்று தன் புருவத்தை சுருக்கியபடி கேட்க

"திவ்யா.. எனக்கு ஒரு கல்லூரி தோழியா அறிமுகம் ஆனாள். ஆனால் அவளுடைய அன்பு அக்கறை என்னை அவள் மேல் வைத்திருந்த அன்பை அதிகப்படுத்தியது. அதுக்கு பேரு காதல் எல்லாம் கிடையாது."

"பின்ன?" என்று மீண்டும் புரியாமல் அனு கேட்க.

"அம்மா.. என் அம்மா மாதிரி. என் அம்மா இறந்துவிட்ட நிலையில் சரியாக கல்லூரிக்கு போகாமலும் சாப்பிடாமலும் முடங்கி இருந்த நேரத்தில் இவளுடைய அன்பு தான் என்னை மாற்றியது"

"ஹாஹா ஸோ நைஸ். உங்கள் ப்ரண்டிஷ் பார்க்கிறப்ப ரொம்ப பொறாமையா இருக்கு. நான்கூட நீங்க இவ்வளவு அக்கறை எடுத்துகிறத பார்த்து திவ்யாவை ஒருகாலத்தில் நீங்க காதலிச்சிங்கனு நினைச்சேன்"

சாரி என்று அவனிடம் முகத்தை பாவமாக வைத்து சொல்ல... "விடுமா இதுக்கெல்லாம் ஏன் சாரி. உன் மனசுல இருக்கிற சந்தேகம் தீர்ந்துருச்சுல அது போதும். அப்றம் திவ்யானு இல்லை யாருக்காக

இருந்தாலும் நான் கண்டிப்பாக உதவி பண்ணுவேன்" என்று இன்முகத்துடன் கூற அவளும் அவ்விடத்தை விட்டு நகரந்து சிவா பக்கத்தில் நின்றாள்.

"என்ன மேடம் விஜய் கிட்ட கேக்க வேண்டிய டவுட் எல்லாம் கேட்டுட்டியா? என்று சிவா சிரித்தவாறே கேட்க"

"தோனுச்சு அதான் கேட்டேன்"என்று தனது தோள்பட்டை குலுக்கி சொல்ல..." இந்த பொன்னுங்களே இப்படிதான் பா ஒரு பையன் இறங்கி போய் எந்த உதவியும் ஒரு பொன்னுக்கு பன்னிடகூடாது உடனே அதுக்கு ஒரு சப்பக்கட்டு கட்டிருவீங்க இப்படியான் அப்படியான் நொப்புடியானு என்று அவளை வசைப்பாட அவளோ "ஏங்க சும்மா தானேங்க கேட்டேன். இதுக்கு போய் இப்படி ரவுண்டு கட்டுனா எப்படி"என்று பாவமான முகபாவனையில் கூற.

"சரி சரி அதெல்லாம் இருக்கட்டும் மச்சி. இப்ப நம்ப திவ்யா விஷயத்தை எப்படி டீல் பண்றது சொல்லுங்கள். என்று ஜெய் கூற" அனைவரும் ஆளாளுக்கு ஒரு பதில் கூறினர்.

"சாமியார் போய் பார்க்கலாம்" என்று சிவாக்கூற. "மந்திரவாதி அழைத்து வரலாம் என்று விஜய் கூற, இவர்களது பேச்சை கவனித்துக்கொண்டிருந்த ராகுல் "முதல்ல ஒரு சைக்காலஜி டாக்டர் போய் கன்செல்ட் பண்ணுவோம்" என்று மெடுக்காக அவன் அபிப்பிராயம் கூற.

லதாவும் ராகுல் சொல்வதே சரி என்று ஆமோதிக்க. மற்றவர்கள் இவர்களது யோசனையை பரிசிலினை செய்ய ராகுல் கூளியது சரியாகவே பட்டது.

"டேய் ராகுல்" என்றாள் லதா.

"என்ன டி?" என்றுரைக்க

"நம்ப அ..அந்த விஷயத்தை சொல்லிடுவோமா?" என்று நடுக்கத்துடன் கூற.

"இப்ப அதெல்லாம் சொல்லாத விடு. அமைதியா விடு" என்றான்.

அத்தியாயம் 5

அந்த கதவை வேறு திறந்து விட்டோமே இதனால் எதாவது நடந்துக்கொண்டிருக்குதோ என்ற பீதியில் லதா மூழ்கியிருக்க அவளுடைய நண்பர்கள் அனைவரும் திவ்யா வை மனநல மருத்துவமனைக்கு அழைத்து செல்லலாம் பிறகு மற்றது பற்றி. யோசிக்கலாம் என்றபடி ஒரு சிறந்த நிபுணரை அணுகி அவரிடம் ஆலோசனை பெற்றனர். மருத்துவர் திவ்யாவிடம் தனியாக பேசவேண்டும் என்பதால் மற்றவர்கள் வெளியே காத்து கிடந்தனர்.

"சொல்லுங்கள் மிஸஸ் திவ்யா நீங்க எதையாவது பார்த்து பயந்தீங்களா?"

"ம்ம்ம் ஆமாம் டாக்டர் நான் ரெஸ்ட்ரூம் போனப்ப கூட அந்த பெண் உருவத்தை பார்த்தப்ப எனக்கு தூக்கி வாரி போட்டுருச்சு" இதெல்லாம் ஏன் நடக்குது அப்படினு எனக்கு ஒன்னுமே புரியல.

"சரி கிணத்துல உங்கள் கைகளை கட்டிய நிலையில் உங்களை யார் தள்ளி விட்டுது?"என்று டாக்டரின் கேள்விக்கு பதில் தேட துவங்கினாள் .அவளால் யோசிக்க கூட முடியவில்லை.. நீச்சல் தெரியாத நான் ஏன் தண்ணீர்ல விழப்போறன்? என்னை ஏன் தள்ளி விடனும்? என்னோட நண்பர்கள் எல்லாரும் தண்ணீர்ல தானே இருந்தாங்க? வேற யார் அந்த இடத்தில் இருந்திருக்க முடியும்? எல்லாமே கேள்விக்குறியா தான் இருக்கிறது டாக்டர். என்று தலைமீது கை வைத்தபடி எதை எதையோ சிந்தித்துக் கொண்டிருந்தாள்.

திவ்யா உங்கள் வீட்டுக்கு புதுசா ஒருத்தன் வந்திருக்கானே அவனால எதாவது பிரச்சினையா இருக்குமோ என்று டாக்டர் புதிர்போட இவளோ பட்டென்று "அய்யோ டாக்டர் நீங்க வேற அவன் என் ப்ரண்டு லதாவோட லவ்வர் மும்பை ல இருந்து வந்திருக்கான். என்னை கொல்ல அவனுக்கு என்ன காரணம் இருக்கப்போது" என்று விளக்கமாக பதிலளிக்க.

டாக்டர் சற்று யோசித்து விட்டு "இந்த மாத்திரை எல்லாம் இரண்டு நாளைக்கு எடுத்துக்கோங்க..இது எல்லாமே உங்களுக்கு இருக்கிற படபடப்பு குறைவதற்கான மாத்திரை. இது நல்லா தூக்கம் வரும். எதற்கும் நீங்க இந்த வீட்டை விட்டு கிளம்பி உங்கள் ஹஸ்பண்டு வீட்டுக்கு போறது நல்லது நினைக்கிறேன்" என்று ப்ரிஸ்கிரிப்ஷன் எழுதி அவளிடம் நீட்ட அந்த மாத்திரையை விட அவரிடம் பாரத்தை இறக்கிவிட்ட நிம்மதி அவளிடம் தெரிந்தது. சில நேரங்களில் மருந்து மாத்திரையை விட ஆதரவான வார்த்தை தான் பிரச்சனையை சரிசெய்யும்.

வெளியே வந்தவுடன் "ஏய் திவி மா டாக்டர் என்ன சொன்னாரு என்று லதா கேட்க"

"இது நார்மலா நான் மனசை அமைதிபடுத்த தந்த மாத்திரை மத்தபடி எதுவும் சொல்லல. அப்றம் சாரி ப்ரண்ட்ஸ் நான் என்னோட வீட்டுக்கு கிளம்பலானு இருக்கேன். நீங்க இங்க இரண்டு நாள் தங்கிட்டு போறதா இருந்தால் தங்கிட்டு போங்க" என்று திவ்யா சொன்ன வார்த்தைகள் அவர்களுக்கு சரி என்று பட "அப்படினா நாங்கள் மட்டும் இருந்து என்ன பன்ன போறோம்? நாங்களும் கிளம்புறோம்" என்றனர் நண்பர்கள்.

மருத்தவமனையிலிருந்து கிளம்பி வீட்டுக்கு வந்தடைந்ததும். பெட்டி படுக்கை எல்லாம் மூட்டை கட்டிக்கொண்டு தயாராகவும் வீட்டிலிருந்த பெரியவர்கள் வீடு வந்து சேரவும் சரியாக இருந்தது. "என்ன பிள்ளைங்களா எல்லாம் கிளம்பிட்டிங்க?" என்று கலா கேட்க "அம்மா என் ப்ரண்ட்ஸ் எல்லாரும் ஊருக்கு கிளம்புறாங்க அதான் நானும் என் வீட்டுக்கு போலாமேனு" என்று கையில் பையை பிடித்தபடி கூற.

"அதுக்காக இப்படி திடுதிடுப்புனு ஏன் கிளம்புறிங்க" என்றார் ஆனந்தன்.

"இல்லை சித்தப்பா" நான் கிளம்புறன் என்று அவள் தயங்கியபடி கூற "சரி பத்ரமா எல்லாரும் அவங்க அவங்க ஊருக்கு போய் சேருங்க எல்லாரும் போயிட்டு போன் பண்ணுங்க பசங்களா," என்று வழியனுப்பி வைத்தனர் வீட்டு பெரியவர்கள்.

"பை பை" என்று எல்லோரும் விடைப்பெற்று சென்றுவிட்டனர். ரயிலில் இந்த நட்பு வட்டாரங்கள் ஏறி அமர்ந்தது. திவ்யா பஸ் பிடித்து கணவன் வீட்டிற்கு புறப்பட்டாள்.

ராகுலும் இவர்களுடன் சென்னை வந்துக்கொண்டிருக்க அனைவரும் இரண்டு நாள் காரைக்குடி நிகழ்வினை அசைப்போட்டபடி வந்தனர்.

அனு சிவாவிடம் "ஏங்க திவ்யா விஷயம் ஒன்னுமே புரியலைங்க... கிணற்றில் தள்ளி விட்டது யாரா இருக்கும்?"

"அந்த ஊரில் அவளுக்கு வேண்டாதவங்க யாராவது நேரம் பார்த்து இப்படி பண்ணிருக்கலாம்" என்று சிவா கூற.

"அது சரி கழிவறையில் அவளை கொல்ல வந்தது யாரா இருக்கும் ஒரு பெண்ணோட உருவம்னு சொல்றாளே? இது தான் என்னை ரொம்பவே குழப்புது" என்றான் விஜய்.

"சாரி சாரி" என்று பேச்சை துவங்கினாள் லதா.." என்ன லதா திடிரென சாரி சொல்ற என்றான் ஜெய்.

"அது வந்து அன்னைக்கு ராகுல் என்னை துறத்திட்டே வந்தப்ப அந்த அறைக்கதவ நான் திறந்துட்டு உள்ளே போயிட்டேன்" அந்த அறைக்குள் எதாவது அமானுஷ்யம் இருக்குதோ என்னவோ அதனால தான் திவ்யாவுக்கு எதாவது கெடுதல் நடக்குதோ என்னவோ என்று லதா கூற... அனைவரின் கோபமும் லதா மீது திரும்ப அனைவரும் அவளை கடிந்து கொண்டனர்.

"ஏண்டி அறிவிருக்குமா உனக்கு?" அந்த அறைக்கதவை திறக்காதிங்க னு அந்த வீட்டில் இருக்கும் அத்தனை பேரும் சொன்னாங்கல அதைமீறி ஏன் திறந்திங்க. என்று ஜெய் கூற.

"ப்ச்ச் மிஸ்டர் ஜெய் அவளை ஏன் திட்டுறீங்க என் கண்ணு முன்னாடி என் ஆளை திட்டுரது எனக்கு பிடிக்கல. அதான் ஒத்துக்குறோம்ல தெரியாமல் திறந்துட்டோம்னு அப்றம் என்ன?"

"என் ப்ரண்டை திட்ட எங்களுக்கு உரிமை இருக்கிறது" என்றான் ஜெய்.

"ஹலோ அதெல்லாம் இவளோட லைப்ல நான் வருவதற்கு முன்னாடி. இப்ப இவளுக்காக நான் வந்துட்டேன்ல"

"சரி சரி விடுங்க இதுக்கு நீங்க ஏன் சண்டை போட்டுக்குறிங்க என்றாள் லதா."

....

நாட்கள் உருண்டோடின.

அனு அன்று அசந்து தூங்கிக்கொண்டு இருந்தாள். என்னடா இவ இவ்வளவு நேரம் தூங்குறாளே உடம்புக்கு முடியலையோ என்று பதறியபடியே அவளை மெதுவாக தட்டி எழுப்பினான் சிவா.

"என்ன ஆச்சு அனு நீ இப்படி தூங்கவே மாட்டியே? உடம்புக்கு எதாவது பிரச்சனையா?"

"இல்லைங்க என்னனு தெரியல ஒரு மாதிரி மயக்கமா இருக்கு. எதை சாப்பிட்டாலும் குமட்டல் வருது" என்று கூற சரி வா ஒரு எட்டு டாக்டரை பார்த்துட்டு வந்திடுவோம் என்றழைக்க.

"அதெல்லாம் அவசியமே இல்லை டா" சிவா என்று அவனுடைய தாய் சிரித்துக்கொள்ள... எதுவும் புரியாதவனாய் "மா என்ன சொல்றீங்க" என்று கேட்க "அவ வயித்துல நம்ப வம்சம் வளர்ந்துட்டு இருக்கு டா அளிவுக்கெட்டவனே. 50 நாட்கள் தள்ளி போயிருக்கு இது கூடவா தெரியல. ஹாஹா முதல்ல அந்த ப்ரெக்னன்ஸி கார்டு வாங்கி செக் பன்னி பாருங்க அதுக்கப்புறம் கன்பார்ம் பண்ண டாக்டரை பார்க்கலாம்." ப்பா எல்லாம் சின்ன புள்ளையாவே இருக்குதுங்க என்று புலம்பிக்கொண்டு போக..தாய் சென்றவுடன் தன் மனைவியை தூக்கி கையில் ஏந்தியவன் "ஏய் பொண்டாட்டி அம்மா சொல்றது உண்மையா மட்டும் இருக்கட்டும், நீ என்ன கேட்டாலும் வாங்கி தரேன்" என்று அவளை கையில் ஏந்தியபடி சுற்ற.

"அய்யோ விடுங்க போதும். முதல்ல உங்கள் அம்மா சொல்ற மாதிரி கார்டு வாங்கி வாங்க"

"அய்யோ நீவேற அனு,எனக்கு ஒருபக்கம் படபடனு அடிக்குது" சரி இரு வாங்கிட்டு வந்திடுறேன் டெஸ்ட் பண்ணியே பார்த்துருவோமே.

டெஸ்ட் கார்டு வாங்க சென்றவன் நேரமாகியும் வராததால் பயந்து போன அனு அவன் நம்பருக்கு அழைத்தாள். "ஏங்க எங்கே இருக்கிங்க"

"மெடிக்கல் ஷாப் தான் வந்தேன் வந்த இடத்தில் ஒரு முக்கியமான போன் வந்தது அதான்...சரி கார்டு வாங்கிட்டேன் வீட்டுக்கு தான் வந்துட்டு இருக்கேன்" என்று கூறிவிட்டு போனை வைத்துவிட்டு வாகனத்தை செலுத்தி வீடு வந்து சேர்ந்தான்.

"இ...இந்தா..இதானே அம்மா சொன்ன டெஸ்ட் கார்டு பிடி.. நான் உடனே ஊருக்கு கிளம்பியாகனும்" என்று பதறியபடியே கூற.

"என்னங்க என்ன ஆச்சு ஏன் உங்கள் முகமெல்லாம் வியர்க்குது எதாவது பிரச்சனையா?"

"அது சரி எந்த ஊருக்கு போறிங்க."

"காரைக்குடி."

"வாட்?"

"ம்ம்ம் ஆமாம் காரைக்குடி தான் திவ்யா வீட்டுக்கு தான் போறேன். என்றவுடன் "ஏங்க இப்படி திடிருனு நம்ப அங்கயிருந்து வந்து பத்து நாள் கூட ஆகலையே இப்ப என்ன அங்க போகவேண்டிய காரணம்? என்று அவள் கேட்க.

அவள் முகத்தை பார்த்தபடி "தி...திவ்யாவோட" என்று இழுக்க..

"ஐயோ சொல்லுங்கள் திவ்யாவுக்கு என்னங்க ஆச்சு?" என்று அவள் அவனது தோளை உலுக்கி கத்த.

"ஐயோ அனுமா ப்ளிஸ் நீ டென்ஷன் ஆகாத இந்த மாதிரி நேரத்தில் அமைதியாக இரு. திவ்யாவோட சித்தப்பா ஆனந்தன் இறந்துட்டாங்க லாம் போன் வந்தது. அதான் ப்ரண்ட்ஸ் எல்லாம் இப்ப கிளம்புறோம். நீ இந்த சமயத்தில் வரவேண்டாம் அம்மாவோட இரு."

"இ...இல்லைங்க நானும் உங்களோட வரேன் என்னால நீங்க இல்லாமல் இருக்கவும் முடியாது கடைசியா அவங்க சித்தப்பா முகத்தை பார்த்துட்டு அவங்க சித்தி தேவி ஆண்டிக்கு நாலு வார்த்தை ஆறுதல் வார்த்தை சொல்லிட்டு வரனும்ங்க"

"ஐயோ ப்ளீஸ் அனுமா இப்பதான் அம்மா வாயால ஒரு சந்தோஷமான வார்த்தை கேட்டேன் அது பலிக்கனும்னு ஆசைப்படுறன் முதல்ல நீ டெஸ்ட் பன்னி பாரு."

அவன் சொல்படி அவள் அந்த டெஸ்ட் கார்டை வைத்து பார்த்துவிட்டு இரண்டு பாஸிட்டிவ் கோடுகள் இருப்பதை சந்தோஷத்துடன் அவனுக்கு காண்பிக்க அதை வாங்கி கண்கலங்கியபடி பார்த்தவன். "அனு மா இந்த சந்தோஷத்தை கொண்டாட கூட முடியாத சூழ்நிலை ல இருக்கேன். நான் போயிட்டு வந்திடுறன். நீ பத்ரமா அம்மாவோட இருடா. சாயந்திரம் அம்மாவோட டாக்டர் க்ளீனிக் போயிட்டு வந்திடு" என்று அவள் நெற்றியில் முத்தமிட்டவன் புறப்பட முற்பட்டபோது

"என்னங்க ஆனந்தன் அங்கிள் எப்படி இறந்துட்டாங்க?" என்று கேட்க.

"அவரை யாரோ கொலை பன்னிருக்காங்க. இப்போதைக்கு இது தான் தெரியும்" என்று கூறிவிட்டு கிளம்பினான்.

கொ...கொலையா என்று அதிர்ந்தாள் அனு.

யார் அந்த கொலையாளி. திவ்யாவிற்கு நடந்த சம்பவத்திற்கும் அவளுடைய சித்தப்பா இறந்ததற்கும் எதாவது சம்மந்தம் இருக்கா? பொறுத்திருந்து பார்க்கலாம்.

அத்தியாயம் 6

ஆனந்தன் இறந்த செய்தியை கேட்டு திவ்யாவின் நட்புகள் அங்கு ஈமச்சடங்கில் கலந்துக்கொள்ள சென்றனர் ராகுல் உள்பட. காரில் புழுதியை கிளப்பிக்கொண்டு ஸ்டார்ட் செய்தவாறு கார் புரப்பட்டது.

"மச்சி எதுக்கும் மெதுவாவே போ டா நம்ப போறது சாவுக்கு நீ போற வேகத்தில் நம்ப செத்துருவோம் போலயே" என்றான் விஜய்.

"இல்லை மச்சி கொஞ்சம் வேகம் பிடிச்சா தான் சீக்கிரம் ஊர் போய் சேரமுடியும்..." என்றான் ஜெய். கூடவே லதாவும் ராகுலும் அவர்களுக்குள் எதையோ பேசிக்கொண்டு வந்தனர்.

சற்று நேரம் கடந்தவுடன். டீ சாப்பிட காரை ஓரங்கட்டினர்.

"டேய் சிவா எல்லாருக்கும் டீ சொல்லிடு" என்று விஜய் கூற அனைவருக்கும் டீ ஆர்டர் செய்யப்பட்டது. அனைவரும் டீ குடித்துவிட்டு காரில் ஏறிக்கொண்டு புறப்பட்டனர்.

"இப்ப நான் ஓட்டுரேன் என்றான் சிவா" ட்ரைவர் சீட்டில் உக்கார்ந்த சிவா காரை கிளப்பியவன் "ஆமா வண்டி லோடு இழுக்கமாட்டேங்குது" என்னவா இருக்கும் என்று யோசிக்க "மச்சி வண்டியில் நம்மள தவிர யாரும் இல்லை அப்றம் ஏன் ஓவர் லோடு மாதிரி வண்டி இழுக்கல?" என்று சிவா சந்தேக கேள்வியை கேட்க..

"எல்லாம் நம்ப லதா தான் காரணம்.. தீனி பண்டாரம் தின்னு தின்னு உடம்பு ஊதிபோய் கெடக்கு" என்று நக்கலடித்தான் ஜெய்.

"ஹலோ...போதும் என்ன கலாய்ச்சது வண்டி ஸ்டார்ட் பண்ணி போங்க.."

மறுபடியும் க்ளட்ச் விட்டு ஆக்ஸிலேட்டர் மிதிக்க வண்டி தடுமாறி கிளம்பியது. இப்படியே ஓட்டிக்கொண்டிருக்க வண்டி ராமநாதபுரம் வரை நெருங்கியது. "ஸ்ப்பா...கொஞ்சம் நேரம் வண்டியை நிப்பாட்டி வச்சிட்டு எதாவது சாப்பிட வாங்கிக்கலாமா என்றாள் லதா"

"நான் சொல்லல்ல இது தீனி பண்டாரம் னு என்று ஜெய் ஆரம்பிக்க.."

"அதுக்கு சொல்லல டா ஜெய் அங்கு காரைக்குடி போயிட்டா நாளைக்கு வரை அங்க எதுவுமே சாப்பிட முடியாது இங்கேயே எதாவது வாங்கி சாப்பிட்டு கிளம்பலானு தான் சொன்னேன்" என்றாள் லதா.

"ஆமா வந்தது ல இருந்து ராகுல் ஏன் அமைதியாக இருக்காரு" என்று ஜெய் கேட்க...

"அதெல்லாம் ஒன்னுமில்லை" என்று நகத்தை கடித்தபடி ராகுல் கூற.. "ஏன் ராகுல் இப்படி நகம் கடிக்கிற, இந்த பேட் ஹேபிட் உன்னை விட்டு எப்பவுமே போகாதா" என்று லதா கடிந்து கொள்ள..

"எதாவது பதற்றம் ஆனால் நிகத்தை கடிப்பேன் மற்றபடி வேற எதுக்கு கடிக்கிறன்" என்று ராகுல் கூற "ஆமா உங்களுக்கு என்ன பதற்றம் இறந்தவரு என்ன உங்கள் மாமனாரா" என்று சிவா நக்கலடிக்க..

"அதானே" என்று மற்ற நண்பர்களும் கூற..இது என்ன வம்பா போச்சு நகத்தை கடிக்கிறதுக்கு எல்லாம் காரணம் கேக்குது பக்கிங்க என்று ராகுல் நொந்து கொள்ள.. ஒருவழியாக காரை நிறுத்திவிட்டு ஒரு பரோட்டா கடையினுள் நுழைய அனைவரும் பரோட்டா வாங்கி சாப்பிட துவங்கினர்.

..

நேரம் மாலை **7.15.**

பரோட்டா சாப்பிட்டு முடிக்கவும் திவ்யா அழைக்கவும் சரியாக இருந்தது. "என்னங்கடா கிளம்பியாச்சா.." என்று எதிர்முனையில் அவள் கேட்க..

"இதோ வந்துட்டே இருக்கோம்" என்று பதிலளித்துவிட்டு காரை கிளப்ப முயற்சித்தப்போது கார் டிக்கியை யாரோ உள்ளிருந்து தட்டுவது போல் உணர்ந்த சிவா.. "மச்சி டிக்கியில் யாரோ இருக்காப்புல"

"ஆமா சிவா" என்றபடி கார் டிக்கியை ராகுல் திறக்க அங்கு கைகள் கால்கள் கட்டபட்ட நிலையில் ஒரு அழகான பெண் இருந்தாள்.

"ஏய் நீ...நீ யார்?" என்று அனைவரும் வினவ.

"நான்.. நான்.. யாருன்னா கேட்டிங்க..அது வந்து என்று வார்த்தைகளை முழுங்கியவாறு ராகுலை நோக்க.."

"இந்த புள்ள ராகுலை ஏன் பார்க்குது" என்று அனைவரும் யோசிக்க அதற்குள் "சரி இதுக்கெல்லாம் நேரம் இல்லை.. நீ எப்படியோ வந்த விடு...நீ உங்கள் வீட்டுக்கு வந்த வழியே போயிடு தாயே" என்றான் விஜய்.

"டேய் மச்சி அந்த பொண்ணு என்ன சொல்றானு கேப்போமே" என்றான் ஜெய்.

அதற்குள் ராகுலும் அந்த பெண்ணும் ஜாடைமாடையில் ஏதோ பேசிக்கொண்டனர். இருவரின் கண்களும் உரையாடல் நடத்திக்கொண்டிருந்தன. இதை எதர்ச்சையாக கவனித்து விட்டான் சிவா.

"லதா..நீ கார்ல ஏறு ம்ம்ம் அப்றம் விஜய் நீ கார் ஸ்டார்ட் பன்னு"என்று ஏவினான் சிவா...இதை கவனித்த ராகுல்...வாங்க நாமளும் ஏறுவோம் இந்த பொண்ணு வந்த வழியே போகட்டும் நமக்கு என்ன வந்தது என்று கூற..

"மிஸ்டர் ராகுல் மரியாதையா இந்த பொண்ணு யார் சொல்லிடு..இவளுக்கும் உனக்கும் என்ன சம்மந்தம்?"

"சிவா இது உனக்கு தேவையில்லாத விஷயம்."

"சரி இவ ஏன் கை கால்கள் கட்டப்பட்ட நிலையில் டிக்கியில் ஏத்துன?"

பேசிக்கொண்டு இருக்கும்போதே வில்லத்தனமான சிரிப்பினை வெளிப்படுத்தினாள் அந்த பெண்.

"ஹாஹா..... ஏண்டா நான் என்ன லூசா கை கால் கட்டப்பட்ட நிலையில் டிக்கில படுக்க?"

"என்னடி சொல்ற"

"நான் வான்டடா தான் உங்கள் கார்ல ஏறினேன் எப்ப தெரியுமா டீ குடிக்க வண்டி நிப்பாடுனீங்கல அங்க தான் மத்தவங்க பார்வைக்கு நீங்க என்னை கடத்திட்டதா நாடகம் ஆடுறதுக்கு தான்."

"இதனால உனக்கு என்ன டி லாபம்?" என்று சிவா கேட்க..

"நீங்க எல்லாம் ஜெயிலுக்கு போயிடுவிங்க அதுவே எங்களுக்கு லாபம் தானே?"

"என்ன சொல்ற"

"யெஸ் மிஸ்டர் சிவா...இதுல எனக்கும் ராகுலுக்கும் நிறைய லாபம் இருக்கு."

"ஏய்...ஏய் அப்படினா ராகுல்?" என்று பதற்றத்துடன் சிவா கேட்க..

"ராகுல்...என்னோட புருஷன்"

"வாட்?"

"நீ...நீ..சொல்றது ஒன்னுமே புரியல..நீங்க இரண்டு பேரும் யாரு?எதற்கு எங்களை மாட்டிவிடனும் னு ட்ராமா பண்ணுரீங்க சத்தியமா புரியல" என்றான் சிவா..

"இங்க பாரு உங்கள் கார் டிக்கியில் இருந்தது .அதிலிருந்து நான் எழுந்தது எல்லாம் படம் பிடிச்சு வச்சிருக்கேன். நீங்க தான் என்னை கடத்துனிங்க னு எவிடன்ஸ் காட்டி ட்ராமா பண்ணி உங்களை மாட்டிவிடவும் முடியும்" என்று அவள் ஏளனமாக கூற..ஒன்றும் புரியாமல் குழம்பிப்போய் நின்றான் சிவா.

"நீங்க கடத்துன மாதிரியும் கடைசியில் நான் வந்து காப்பாத்துன மாதிரி தான் சீன்" என்று அலட்சியமாக சிரித்தான் ராகுல்..

இதையெல்லாம் கேட்டுக்கொண்டு இருக்க லதாவை இவன் எதற்காக ஏமாற்றுகிறான் என்பது தான்

சிவாவிற்கு புரியவில்லை. லதாவோடு இவன் ஏன் பழகனும்? இது தான் புரியாத புதிராக இருந்தது சிவாவிற்கு.

"மச்சி சீக்கிரம் வா...ஏண்டா அந்த பொண்ணு இன்னுமா கிளம்பல,டேய் ராகுல் நீயும் வா" என்று லதா கூப்பிட அந்த பெண் தானும் இவர்களுடன் வந்து போற வழியில் இறங்கிக்கொள்வதாக கூறி ஏறிக்கொண்டு அமர்ந்து விட்டாள். இந்த சூழலில் சிவா எதுவும் செய்ய முடியவில்லை.... இந்த பெண் ஏன் நம்மை எல்லோரையும் மாட்டிவிட வேண்டும்? ராகுல் ஏன் லதாவை காதலிக்கிற மாதிரி நடிக்க வேண்டும் எல்லாம் புரியாத ஒரு புதிராகவே இருந்தது அவனிற்கு.

காரை கிளப்பி போகும் வழியில் அந்த பெண் இறங்கிவிட மீண்டும் கார் முன்னேறி செல்ல......

"சிவா ஏண்டா ஒரு மாதிரி இருக்க" என்று விஜய் கேட்க..

"ஒன்னுமில்லை" என்றான் சிவா

"இல்லை நீ கார் ல ஏறினதிலிருந்து சரியில்லை" என்றான் ஜெய்யும்.

"இதெல்லாம் பேச நேரமில்லை விஜய் நம்ப காரைக்குடி போகனும் சீக்கிரம் வண்டி ஓட்டு"என்ற சிவா..அந்த பொண்ணு எப்போது வண்டியில ஏறியிருக்கும் ஒன்னுமே புரியவில்லை என்று குழப்பிக்கொள்ள..

"ஆமாம் அந்த பொண்ணு யார் என்னனு கூட கேக்கலையே வர அவசரத்தில் அப்படியே வந்துட்டோம் அவளும் இறங்கி போயிட்டா... ஆமா அந்த பொண்ணை

யார் கை கால் கட்டிய படி நம்ப காரில் போட்டுருப்பாங்க? என்று லதா கேள்வி எழுப்ப ராகுல் எதுவும் தெரியாது போல் முகத்தை சாதாரணமாக வைக்க சிவாவிற்கு டென்ஷன் தலைக்கேரியது.

"லதா கொஞ்ச நேரம் சும்மா வா" என்று கத்தினான் சிவா.

கார் கொஞ்ச தூரத்தில் வந்துக்கொண்டிருக்க சிவாவின் மனசில் ஏதேதோ ஓடிக்கொண்டிருந்தது. காரை சட்டுனு நிறுத்தசொல்லி "லதா நீ முன்னாடி வந்து உக்காரு நான் பின்னாடி உக்காரேன் "என்று லதாவை முன்னே அமர சொல்லி பின்னே ராகுல் பக்கத்தில் அமர்ந்தான்.

"என்ன மிஸ்டர் பயமா?" என்று நக்கலாக சிரித்தான் ராகுல்.

"உன்னையே ராஸ்கல்" என்று மெல்லிய குரலில் அவனுக்கு மட்டும் கேட்கும்படி சொல்ல... "ஒன்னுமே கிழிக்க முடியாது"என்று அவனது ஏளனச்சிரிப்பு உணர்த்தியது.

காரைக்குடி சற்று தூரத்தில் தான் அதற்குள் லதா "டேய் ஒரு மாலை வாங்கிக்கலாம் டெத்துக்கு போறோம் மாலை வாங்காமல் எப்படி?" என்று காரை விட்டு இறங்க கூடவே சிவாவும் இறங்கினான்.

"லதா... லதா"

"என்ன சிவா"

"உன்கிட்ட ஒன்னு சொல்லனும். அந்த ராகுல் நல்லவன் இல்லை"

"வாட்...?" விளையாடாத சிவா.

"அய்யோ லதா உனக்கு எப்படி புரியவைக்க.. எனக்கு எல்லாம் குழப்பமா இருக்கு. ஆனால் அந்த ராகுல் உனக்கு உண்மையா இல்லை டி. அந்த.. அந்த பொண்ணு நீ பார்த்த ல?"

"எந்த பொண்ணு"

"அதான் கார் டிக்கி ....அவதான் டி"

"அவள் யாரோ டா சிவா அவளை யாரோ கட்டி போட்டு நம்ப கார் டிக்கியில் போட்டு போய் இருக்காங்க உண்மையை சொல்லனும் னா என்ன ஏதுனு கூட விசாரிக்காம அவளை நம்ப அனுப்பி வச்சதே தப்பு.."

"ஏய் பைத்தியம்.. அவள யாரும் ஏத்தல...அந்த பொண்ணு போட்ட நாடகம் அது..."

"யூ மீன்?"

"அய்யோ...அந்த ராகுல்...ப்ளான் அது. எந்த ப்ளான் காக நம்ப கூட அவன் இருக்கானு சத்தியமா தெரியல ஆனால் அவனை நம்பாத அவ்வளவு தான் என்னால இப்போதைக்கு சொல்ல முடியும்"

"டேய் என்ன டா சொல்ற"

"ஆமாம். இப்போதைக்கு நம்ப அவன் கிட்ட இருந்து ஜாக்கிரதை யா இருக்கிறது தவிர எதுவும் செய்ய முடியாது. ஆனந்தன் டெத் பார்த்துட்டு வரவரைக்கும் எந்த பொல்லாப்பும் வேண்டாம் ஓகேவா"

"சிவா நீ சொல்றத கேக்குறப்ப எனக்கு பயமா இருக்கு"

"ஒன்னுமே பயப்படாத இந்த விஷயம் உனக்கு தெரியாத மாதிரி காட்டிக்கிறது இப்போதைக்கு நல்லது புரியுதா வா போலாம்"

அத்தியாயம் 7

திவ்யா தன் சித்தப்பா இறந்த செய்தியை பற்றி நண்பர்களுடன் பகிர்ந்து கொண்டு தன் சோகத்தை வெளிக்காட்டியபடி கண்களில் கண்ணீருடன் இருக்க..விஜய் அவளருகே நின்றபடி "ஆமாம் உன் சித்தப்பா நல்லா தானே டி இருந்தாரு திடீரென இப்படி இறந்ததுக்கு காரணம் என்ன?"

"தெரியலையே டா.ஆனால் இந்த திடீர் மரணம் ல சந்தேகம் இருக்குனு எங்கள் வீட்டில் பேசிக்கிறாங்க அதான். இதைப்பற்றி போலிஸ் கிட்ட கம்ப்ளைண்ட் கொடுத்திருக்கு."

"அப்போ போலிஸ் விசாரணை பன்ற வரைக்கும் என்ன உண்மை னு தெரியாது அப்படிதானே?"

"ஆமாம்"

இதையெல்லாம் கேட்டுக்கொண்டிருந்த ராகுலின் முகம் வியர்த்தது. "அட வியர்வை துடைச்சிக்கங்க தம்பி என்று துரைராஜ் தன் தோள் மீதுள்ள துண்டினை எடுத்து அவனிடம் நீட்ட அதை வாங்கி துடைக்கும் போது துண்டினை தவறவிட்டான்.

அதை எடுத்து நீட்டிய விஜய் "ஒரு துண்டை ஒழுங்காக பிடிக்கிறிங்களா நீங்க"என்று ஒரு பார்வை பார்த்து விட்டு மீண்டும் திவ்யாவின் அருகில் சென்று நின்றுகொண்டு இருக்க. ராகுலின் பார்வை திவ்யா மீதே இருந்தது.

"ராகுல் நீ ஆரம்பத்திலிருந்து ஒரு மாதிரியாக இருக்கிறாய் உன்னை மாற்றிக்கொள்." என்று அவனுடைய மனசாட்சி சொல்ல..

"அட ஆமாம் பன்னாத தப்புக்கு ஏன் நான் பயந்து போகனும்." என்றபடி சற்று சுதாரித்து இயல்பான நிலைக்கு அவன் வர. வரும் வழியில் சிவா அவளிடம் சொன்னதை நினைத்து லதாவிற்கு ராகுலுடன் நெருங்கவே பயமாக இருந்தது.

"ஏய் லதா.. என்ன ஒரு மாதரி.ஆயிட்ட என்கிட்ட விலகி போகுற மாதிரி தெரியுதே?" என்று ராகுல் வினவ "அதெல்லாம் ஒன்றுமில்லை" என்று ஒற்றை வார்த்தையில் பதிலளிக்க. சிவா எல்லாவற்றையும் சொல்லிருப்பானோ என்று ராகுல் யோசிக்க.. "ஐயோ இவனுக்கு சந்தேகம் வராத மாதிரி நாம நடக்கனுமே" என்று யோசித்து விட்டு லதா அவனிடம் இயல்பாக இருக்க முயன்றாள்.

இதற்கிடையில் சிவாவிற்கு மனைவியின் நியாபகம் வந்துவிடவே அவளது அலைப்பேசிக்கு அழைத்தான் "ஏய் அனு என்னாச்சு ஹாஸ்பிட்டல் போய் செக்கப் பண்ணியா என்ன சொன்னாங்க" என்று ஆவலுடன் கேட்க "எல்லாம் கன்பார்ம் தாங்க நீங்க அப்பா ஆகிட்டிங்க" என்ற தகவலை அலைப்பேசியில் கூறுகிறோமே என்ற கவலையை தவிர அவளது பேச்சில் ஒரு அளவில்லா ஆனந்தம் தெரிந்ததும்.. அவனுக்கு கை கால் புரியவில்லை சந்தோஷத்தில் துள்ளி குதித்தான்.

"மச்சி இது எழவு வீடு டா நீ என்ன ஏதோ கல்யாணம் வீட்டுக்கு வந்த மாதிரி ஏதோ சிரிச்சிட்டு வெக்கப்பட்டு நிக்கிற?" என்று ஜெய் கேட்க "மச்சி

எல்லாம் நல்ல விஷயம் தான் டா அனு முழுகாம இருக்கா டா"

"ஓ.....குட் மச்சி நல்லா வேலைபாத்துருக்க போல. எப்படியோ நம்ப செட்டுல சீக்கிரம் கல்யாணம் பன்னி லைப்ல செட்டில் ஆனது நீ தான்" என்று வாழ்த்துக்கள் கூற..

.....

திவ்யாவின் நியாபகம் தன் வாழ்க்கை மீது சென்றது. "ச்ச நமக்கும் கல்யாணம் ஆகி 3 வருஷம் ஆகுது இன்னும் நல்லது எதுவும் நடக்கலையே" என்று வருந்த... இதற்கிடையில் போலீஸ் இவர்கள் வீட்டுக்கு வந்தடைந்தது. அங்கு என்ன சூழ்நிலை நிலவப்போகிறது என்று யாராலும் யூகிக்க முடியவில்லை. இறந்த ஆனந்தனின் உடல் பிரேத பரிசோதனை க்கு எடுத்துச்செல்லப்பட்டது. சுற்றி இருந்த சொந்தங்கள் எல்லாம் வேடிக்கை பார்த்தப்படி இருந்தன.ஆனந்தனின் மனைவி தேவி, கணவன் இறந்த துயரம் ஒருபக்கம் ,அவரது பிரேத பரிசோதனை ஒருபக்கம் நினைத்து வேதனைப்பட அவளுடைய ஓர்ப்புடியார் கலா அவளருகே அமர்ந்து "தேவி நீ எதுவும் நினைச்சு கவலைபடாத நாங்க எல்லாரும் இருக்கோம்"என்று ஆறுதல் உரைக்க "அக்கா.. பார்த்திங்களா என் வீட்டுக்காருக்கு கொல்லி போட கூட ஒரு புள்ள இல்லாம போயிடுச்சு. இந்த ஆண்டவன் என்னை இப்படி தண்டிக்கனுமா" என்று கதறி அழும் காட்சி அனைவரையும் உறைய வைத்தது.

இந்த காட்சியை பார்த்த ராகுலிற்கு மனது ஏதோ செய்தது. அவனுடைய மனதிலிருக்கும் சஞ்சலங்கள் எல்லாம் கரைய ஆரம்பித்ததோ என்னவோ தேவியின்

அருகில் சென்று "ஆண்டி ஒரு வகையில் நானும் உங்கள் மகன் மாதிரி தான்" நீங்க எதுக்கும் கவலைபடாதிங்க இனிமே என்னை உங்கள் மகனா நினைச்சிக்கங்க சரியா?

"தம்பி...நீ சொல்ற இந்த வார்த்தை வெறும் ஆறுதல் மட்டுமல்ல எனக்கு ஏதோ கடவுளே நேரில் வந்து இது தான் உன் பிள்ளை என்று சொல்லிவிட்டு போன மாதிரி தெரியுது". என்று ராகுலை கைபிடித்து அழத் துவங்கினாள். இந்த காட்சியை பார்க்க மனசு ஏதோ போல் ஆனது சுற்றி இருந்த அனைவருக்கும்.

"ஆமா இவன் நல்லவனா கெட்டவனா?" என்று யோசித்த லதா. சிவாவிடம் கேட்க "ஆமா சிவா அவனை பற்றி நீ சொன்னது உண்மையா இல்லை என்றால் எதாவது நாடகமாடுறியா..ஒழுங்கா சொல்லிடு என்று வினவ அவள் தலை மீது கைவைத்தபடி "சத்தியமா அவன் நல்லவன் இல்லை டி. இப்ப திடீரென என்ன ஆச்சு அவனுக்கு தெரியல லதா"

"ப்ச்ச் போடா எனக்கு எதை நம்புறது நம்பாம இருக்கிறதுனு தெரியல"

"நீ எதையும் நம்ப வேண்டாம். நீயே புரிஞ்சிப்ப" என்று கூறிவிட்டு அவன் இடத்தை விட்டு நகர. அங்கு திவ்யா அழுதுக்கொண்டு இருப்பதை கண்டவன் "திவி..ஏன் இப்படி அழுதுட்டு இருக்க போன சித்தப்பா வரபோவதும் இல்லை அப்புறம் ஏன்"

"என்னோட அழுகைக்கு காரணம் உனக்கு புரியாது சிவா"

"சொல்லு புரிஞ்சிக்க முயற்சி பண்றேன்"

"தேவி சித்தி அங்க புருஷனை பரிகொடுத்துட்டு உக்கார்ந்திருக்கிறத பார்க்க ரொம்ப பாவமா இருக்கு. இவ்வளவு காலம் குழந்தை இல்லையே அப்படிங்கிற போராட்டம் இனி தனி ஆளா வாழனும் அப்படிங்கிற கட்டாயம் இதற்கிடையில் பாவம் அவங்க எதை நினைச்சு தான் வருந்துவாங்க. இதோ இப்ப என்னோட வாழ்க்கையும் பார்த்தியா இம்புட்டு நாள் குழந்தை உண்டாகாமல் மாமியார் வீட்டில் ஏச்சுக்கள் வாங்கி எவ்வளவு கஷ்டபடுறன்...நாளைக்கு என் நிலமையும் அநாதை தானா?"என்று தன் துயரத்தை இதைவிட எப்படி வார்த்தைகளை போட்டு சொல்வது என்று தெரியாமல் அவனிடம் குமுற...

"அனு கன்சிவ் ஆகிட்டு அப்படிங்கிற விஷயம் உனக்கு கொஞ்சம் ஹர்ட் ஆகிறுச்சு தானே. ஐயம் சாரி திவ்யா"என்று அவள் தோளை பற்ற அவன் கையை பிடித்தவள்

"அனு கன்சிவ் ஆனதுல எனக்கு சந்தோஷம் தான் சிவா. ஏதோ எனக்கு இன்னும் ஆகலையே அப்படிங்கிற வருத்தம் மட்டும் தான் வேற ஒன்றுமில்லை"

"அப்படினா நான் சொல்றத கேப்பியா" என்று பின்னாடியில் இருந்து ஏதோ ஒரு குரல் கேட்க திரும்பி பார்த்தாள் திவ்யா.

என்ன ஆச்சரியம் அங்கு அவளுடைய கணவன் நின்றிருக்க.."என்னங்க நீங்க எப்போ வந்திங்க?"

"இப்பதான் வந்தேன். உங்கள் வீடே துயரத்தில் இருக்கும் போது நான் எப்படி வராமல் இருக்கமுடியும். இது என் மாமியார் வீடு இல்லையா திவ்யா"

இதுவரை எந்த ஒரு நல்லது கெட்டது நிகழ்ச்சிகளுக்கு வராத தனது கணவன் இன்று ஆனந்தனின் இறப்புக்கு வந்திருப்பதை நினைத்து ஆச்சரியத்தில் மூழ்கிய அவளை சற்று நோக்கியபடி "திவ்யா உன் மனசுலையும் இவ்வளவு கஷ்டம் இருக்கா?"என்று வினவ

"ம்ம்ம் நான் பேசினது எல்லாம் கேட்டுட்டிங்க போல"

"ம்ம்ம்.. நான் ஒன்னு சொன்னா தப்பா நினைக்க மாட்டல"

"என்னது?"

"ஐலவ்யூ"

கண் கலங்கியபடி நின்ற அவள் கண்களை துடைத்துக்கொண்டு நீங்க என்ன சொன்னாலும் செய்வேன் சொல்லுங்கள் என்ன செய்யனும்? என்று வினவ

"இனி குழந்தை இல்லை னு நீ வருத்தப்பட கூடாது. உனக்கு பிரச்சினை இருக்கா இல்லை எனக்கு பிரச்சினை இருக்கா அப்படிங்கிறத தாண்டி நம்ப இரண்டு பேரும் ஹாப்பியா இருக்கனும்".

"ம்ம்ம்"

எல்லோருடைய உணர்வு வெளிபாடும் தெளிவாக தெரிய அடுத்து என்ன சூழ்நிலை. பிரேத பரிசோதனையில் என்ன ரிப்போர்ட் வரும் இதையெல்லாம் அடுத்த பதிவில் பார்ப்போம்.

அத்தியாயம் 8

பிரேத பரிசோதனை பிறகு ஆனந்தனின் உடல் கொண்டுவரப்பட்டது ,என்ன நடந்திருக்கும் அந்த ரிப்போர்ட்டில் சொல்ல போகும் விஷயம் என்ன என்பது பற்றி எல்லாரும் ஆர்வமாக இருக்க..முதலில் திவ்யா ஓடிச்சென்று "சார் சார் எங்க சித்தப்பா எப்படி இறந்தாரு ரிப்போர்ட் ல என்ன சொல்லிருக்காங்க டாக்டர் சொல்லுங்க ப்ளீஸ்" என்று கதற ஆரம்பிக்க போலீஸ் இன்ஸ்பெக்டர் சற்று சுதாரித்து கொண்டு பேச்சை துவங்கினார் "மேடம் ப்ளீஸ் கொஞ்சம் பொறுமையா இருங்க..உங்க சித்தப்பா இறந்தது வெறும் சாதாரண இறப்பு அல்ல. அது ஒரு கொலை அதை யாரு செஞ்சாங்க னு கூடிய சீக்கிரம் கண்டு பிடிச்சிருவோம் அதனால நீங்க கொஞ்சம் அமைதியா இருங்க மேடம் பதற்றம் ஆகம இருங்க கூடிய சீக்கிரம் எல்லாமே தெளிவா உங்களுக்கு புரியும்"

சார் அப்படினா இதோட முதல் கட்ட விசாரணை எப்போ துவங்க போறீங்க" என்று அவளுடைய நண்பன் விஜய் குறுக்கிட இன்ஸ்பெக்டர் பதில் அளித்தார் "சார் முதல் விசாரணை குடும்ப உறுப்பினர்கள் வெச்சு தன துவங்கனும் சடங்கு முடிஞ்சா உடனாய் ஆனந்தன் மனைவி தேவியை விசாரிக்க போறோம் .அதுக்கப்புறம் தான் மத்தவங்கள விசாரிக்க முடியும்" என்று கூற.சடங்குகளும் உறவினர்கள் முன்னிலையில் நடைபெற்றது பிறகு அறிவித்தது போல் விசாரணையும் துவங்கியது.

பெண் போலீஸ் கான்ஸ்டபிள் ஒருவர் ஆனந்தியை அழைத்து ஸ்டஸ்ட்டின் வரை உடன் செல்ல அங்கு விசாரணை துவங்கியது

"ஏன் மா உனக்கும் உங்க வீட்டுக்ருக்கும் ஏதாவது பிரச்சனையா?" என்று இன்ஸ்பெக்டர் கேட்க பயந்து கொண்டவாறு இல்லை என்று அவள் பதில் அளிக்க...

"சரி இல்லனு வச்சிப்போம் வெளியிலே ஏதாவது அவருக்கு எதிரி இருக்காங்களா அப்படி இல்லனா குடும்பத்துல யாராவது எதிரி இருக்காங்களா" என்று கேட்க, அவளோ இல்லை என்றபடி தலை அசைக்க "சரி நீங்க போகலாம் அனால் ஒன்னு உங்களுக்கு ஏதாவது யாரு மேலயாவது சந்தேகம் இருந்தா உடனாய் எனக்கு தெரியப்படுத்தனும் " என்று கூறிவிட்டு அவளை அனுப்பி வைக்க...இதற்கிடையில் ராகுல் தேவியின் மீது கோபிந்த கரிசனத்தை பார்த்து ஏற்கனவே திடுக்கிட்டு போன சிவாவும் லதாவும் எதுவும் புரியாமல் யோசித்தனர்..."இவன் எதற்காக நம்ப கூட இருக்கான்? கார் ல வரும் போது அந்த பொண்ணோட சேர்ந்து நாடகம் ஆட்டுனது எதுக்கு இப்போ தேவி மேல கரிசனம் காற்றது எதற்கு என்று எல்லாவற்றையும் ஒன்றாக போட்டு குழப்பி கொள்ள இதை நண்பர்களுடன் பகிர்ந்தவாறு இருக்க தேவியும் வீடு வந்து சேர்ந்தார். ஏற்கனவே மனவேதனையில் இருக்கும் அவரை தொந்தரவு செய்ய மனம் இல்லாமல் அனைவரும் அவருக்கு தனிமையை தந்துவிட்டு அவரவர் வேலையை பார்க்க துவங்கினர்

ராகுலிடம் நெருங்கி பழகவும் முடியாமல் விலகவும் முடியாமல் தவித்து போனாள். இந்த தவிப்பும் வேதனையும் சிவவிட்கும் மற்ற நண்பர்களுக்கும் புரிந்தது

ஆனாலும் பாவம் என்ன செய்ய முடியும் அவனுடன் ஒன்று சேர்ந்து வாழ்ந்தால் லதாவின் வாழ்க்கையே பாழாகி விடும் அல்லவா?. அப்படி அனுமதிக்க எப்படி நண்பர்களால் முடியும். எனவே லதாவிற்கு ஆறுதல் சொல்வதை தவிர வேறு வழியும் தெரியவில்லை...

நாட்கள் உருண்டோடின..

நண்பர்கள் அவரவர் இல்லத்திற்கு வந்தடைய அன்றாட வேலையை துவங்களானார்கள் . ஆனால் திவ்யாவால் அப்படி தன்னுடைய வீட்டில் இயல்பாக இருக்க முடியவில்லை. சித்தப்பா**வின்** சாவிற்கு வந்து சென்றபோது ராகுல் இந்த மொபைலை பார்த்தபோது அந்த பெண்ணின் புகைப்படத்தை பார்த்து அதிர்ந்து போனாள் அதை பற்றிய சிந்தனை அவள் மனதில் ஓடிக்கொண்டே தான் இருந்தது..ஆனால் இதை எப்படி மற்றவர்களிடம் கூறுவது என்று அவளுக்கு தெரியவில்லை என்ற போதிலும் நண்பர்களுடன் பகிர்ந்து கொண்டால் சரியா வருமா என்று தோன்ற..இப்போதைக்கு இதை பற்றி பேசாமல் இருப்பது நல்லது ஏனென்றால் பாவம் நண்பர்கள் எப்பப்பாரு தன்னை பற்றியும் தான் குடும்பத்தை பற்றியும் யோசித்து கொண்டே வா இருக்க முடியும்... அவரவருக்கு குடும்பம் இருக்கிறது சரி கணவன் இடம் சொல்லலாம் என்றால் அதை எப்படி எடுத்து கொள்வார் எனவும் தெரியவில்லை..

இதற்கிடையில் அனுவின் பூ முடிக்கும் விழா வந்தது..அதாவது மாசமா இருக்கும் பெண்ணிற்கு ஐந்தாவது மதம் செய்யும் சடங்காகும். இதற்கு திவ்யாவும் வந்தாள். ஆனால் இந்த விழவிற்கு ராகுலை அழைக்க வில்லை. அவனை பற்றி தெரிந்தும் அழைக்க மனம் வருமா சிவாவிற்கு. இந்த சூழ்நிலையில் திவ்யா அந்த பெண்ணின் புகைப்படத்தை பற்றி முதலில் விஜயிடம்

கூறினாள்" விஜய் என்னை கொள்ள வந்த பொண்ணு அவதான் பாத்ரூம் ல ஒருவாட்டி மயங்கி விழுந்தேன் ல அப்போ என்ன கொள்ள வந்த பொண்ணு அவ தான்...ஆனால் இந்த பொண்ணுக்கும் ராகுல் கு என்ன சம்மந்தம் என்று கேட்க..அவர்கள் இருவரும் கணவன் மனைவி என்று கூறியதும் அதிர்ந்து போனாள் "என்ன கணவன் மனைவியா " என்று அவள் கேட்டதற்கு ஆம் என்று பதில் அளித்தவன் இதை பற்றி மற்ற நண்பர்களிடமும் கலந்துரையாட அப்போது தான் எல்லாருக்கும் புரிந்தது.."அப்போ திவ்யா வா கொல்ல தான் ராகுல் லதா கூட நெருங்கி பழகுறான் என்று..இப்படி பட்ட ஒருவனையே நன் காதலித்தேன் என்று மனம் வருந்திய லதா இனி அவனை திரும்பிக்கூட பார்க்க மாட்டேன் என்று தீர்மானம் கொண்டு வர சரி எப்படி பார்த்தாலும் திவ்யா வை கொல்ல ராகுலிற்கு என்னென்ன காரணம் இருக்க போது என்று யோசித்தனர். இதற்கான விடை அவர்களால் யூகிக்க முடியவில்லை என்ற போதிலும் திவ்யாவை எதற்கும் ஜாக்கிரதையா இருக்க சொல்லி அறிவுறுத்தினர்..

இதட்கிடையில் திவ்யாவும் கர்ப்பமானாள் இந்த நல்ல செய்தி கேட்டு அவளை தலை மேல் தூக்கி வைத்தனர் குடும்பத்தினர்.. தலை ப்ரீஸவம் என்பதால் அவள் அம்மா வீட்டிட்கு செல்ல நேர்ந்தாலும்..பாதுகாப்பு காரணமாக கணவன் வீட்டிலேயே இருந்து விட்டாள்.ஆனால் கணவன் வீட்டில் அவளை அப்படி கவனித்து கொள்ள துவங்கினர்.மாமியாரின் அன்பும் ஆதரவும் அவளுக்கு கிடைத்தது அந்த அன்பில் அவள் அனைத்தையும் மறந்தாள். ஒவ்வொரு மதமும் தவறாமல் செக்கப் போகிவிட்டு மருத்துவர் ஆலோசனை படி நன்றாக ஒய்வு எடுக்க செய்தவள் குழந்தையின் சிந்தனை தவிர எதிலும் அவள் கவனம் செல்லவில்லை.

அத்தியாயம் 9

திவ்யாவின் தலைபிரசவக்காலம் இனிதே நடந்துக்கொண்டிருக்க இதற்கிடையில் அனுவிற்கும் பிரசவநாள் நெருங்கியது. இருவரும் ஓரிரு மாதங்கள் வித்தியாசத்தில் தான் கர்பம் தரித்தனர்,இதிலும் இத்தனை ஒற்றுமையா என்றபடி நண்பர்களின் ஒற்றுமையை மற்றவர் பாராட்டினர்.

ஒன்பதாம் மாதம் இவளுடைய சீமந்தத்திற்கு அனு கையில் சிலதினங்களே ஆன பச்சிளம் குழந்தையை தூக்கிக்கொண்டு சந்தோஷமாக வந்தடைந்தாள். சீமந்தம் நல்லபடியா நடந்து முடிந்தது அனைவரும் சாப்பிட அமர்ந்தபோது தான்...திடீரென போலீஸ் ஜீப் வந்து நின்றது அனைவருக்கும் அங்கு என்ன நடக்கப்போகிறது என்ற ஆவல் தொற்றிக்கொள்ள எல்லோரும் போலீஸ் வரும் திசையை நோக்கி தங்களது பார்வையை செலுத்த போலீஸ் இன்ஸ்பெக்டர் அங்கு நுழைந்து "மிஸ்டர் துரைராஜ் யு.ஆர் அன்டர் அரஸ்ட்"என்றபடி அரஸ்ட்வாரண்ட் எடுத்து நீட்ட அனைவருக்கும் குழம்பிபோனது மனது.

"சார் எங்க அப்பாவை ஏன் அரஸ்ட் பண்றீங்க?" என்று ஆதங்கபட்டாள் திவ்யா. "மா உங்கள் சித்தப்பா சாவிற்கு யார் காரணம் னு கேட்டுட்டு இருந்தீங்களே அதற்கு காரணமே இதோ இங்க நிக்கிறாரே உங்கள் அப்பா மிஸ்டர் துரைராஜ் தான். எல்லாம் ஆதாரத்தோடு தான் இவரை அரஸ்ட் பன்ன வந்துருக்கேன் "யோவ் 403 அவரு கையில் வெலங்கு மாட்டி கூட்டிட்டு வா" என்று உத்தரவிட்டார். எல்லோரும் அதிர்ந்து போனர்.

அந்த இடத்தில் திவ்யாவின் நட்பு என்ற பெயரில் சிவாவும் அனுவும் மட்டுமே இருந்த நிலையில் அவர்களால் என்ன செய்வதென்று தெரியாது திவ்யாவை மனம் தேற்றுவதிலே கவனம் செலுத்தினர்.

"திவ்யா ஒன்னும் ஆகாது கவலைபடாத அப்பா எந்த தப்பும் பண்ணிருக்க மாட்டாரு" என்று அனு ஒருபக்கம் ஆறுதல் சொன்னாலும். திவ்யாவால் மனது தேற்றிக்கவே முடியவில்லை.

ஆனால் இந்த கொலை துரைராஜ் தான் பண்ணியிருக்கின்றார் என்பதற்கான ஆதாரம் இருக்கவே அவர் கொலை செய்ததற்கு என்ன காரணம் என்பதை தெரிந்து கொள்ள முயற்சித்தபோது தான் பல திடிக்கிடும் தகவல்கள் கிடைத்தன....

சிவாவிற்கு ஒரு சந்தேகம் எழுந்தது ஒருவேளை ராகுல் கொலை செய்துவிட்டு அந்த பழியை துரைராஜ் மீது போட்டுவிட்டானோ?..இதற்கும் ராகுலிற்கும் ஏதேனும் சம்மந்தம் இருக்குமோ என்ற கேள்வி அவன் மனதில் இருக்கவே.....ஊரிற்கு சென்று முதல்வேலையாக ராகுலை சந்தித்தான்.

"டிய் ராகுல்...நில்லு மரியாதையா உண்மையை சொல்லு..என்ன பன்ன? ஆனந்தன் அங்கிளை நீ தானே கொலை பண்ண?"

"சிவா..நீ என்ன லூசா எனக்கு என்ன காரணம் இருக்கப்போது சொல்லு ஆனந்தன் அங்கிளை கொலை பண்ணி அந்த பழியை துரைராஜ் அங்கிள் மேல போடுறதுக்கு?"

"அப்போ நீ எதுவும் பண்ணல அப்படி தானே"

"இங்கப்பாரு லதாவை காதலிச்ச மாதிரி நடிச்சது உண்மை தான். நான் வேற ஒரு காரணமா திவ்யாவை...... என்று எதையோ பேச ஆரம்பிக்கும் போது தடுத்தது வார்த்தைகள்...உடனே சுதாரித்தவன்..இங்க பாருங்க மிஸ்டர் சிவா இப்ப நடந்த கொலைக்கு நான் காரணம் இல்லை அதே போல பழியும் துரைராஜ் மேல போடலை"

இதைக்கேட்ட சிவா அவன் ஷர்ட் காலரை பிடித்து "டேய் அப்படினா திவ்யா? என்னடா செய்ய நினைச்ச எங்க ப்ரண்டு திவ்யாவை அப்படினா ஊரில் அவளை கிணற்றில் தள்ளிவிட்டு அப்றம் அந்த பாத்ரூம் ல அவளை கொல்ல நினைச்சது நீ தானே"

"ஆமா....ஆமா....ஆமா... நான் தான் போதுமா" என்று ஆக்ரோஷத்தில் கத்தினான் அவன் குரலில் ஆக்ரோஷத்துடன் கலந்த வலியும் இருக்கத்தான் செய்தது. அவன் என்ன சொல்கிறான் என்பதை காதுகொடுத்து கூர்ந்து கவனிக்க ஆரம்பித்தான்.

"மிஸ்டர் சிவா....நான் மும்பை ல இருக்கிறது உங்களுக்கு தெரியும் எங்க அப்பா ஒரு எழுத்தாளர் னு தெரியும் இதை தவிர வேற எதாவது தெரியுமா?"

"எ.....என்ன சொல்ற"

"ஆமா..முதல்ல அவங்க என் சொந்த அப்பா அம்மாவே இல்லை என்னை எடுத்து வளர்த்தாங்க. நான் அவங்களுக்கு ஒரு வளர்ப்பு மகன்..என்னை பெத்தவங்க யார் அப்படிங்கிற தேடல் வரும்போது தான் என் அப்பா அம்மா...என்று பேச்சை நிப்பாட்டினான்...

"ராகுல்.....ப்ளீஸ் சொல்லு"என்று பதற்றத்துடன் சிவா கேட்க...

"என் அப்பா அம்மா வேற யாருமில்லை ரொம்ப வருஷம் முன்னாடி இறந்து போன தம்பி தம்பி மனைவி னு சொல்லிட்டு இருக்கிற அந்த துரைராஜ் ஓட தம்பி மகன் தான் நான்" எங்கள் அப்பா பேரு மாறன்...அம்மா காலியம்மா...அவங்க எப்படி இறந்தாங்க தெரியுமா?" என்று சொல்லியபடி கண்ணீர் விட்ட ராகுல் "அவங்க அவங்களை அந்த துரைராஜ் தான் கொன்னுருக்கான்" அதுமட்டும் இல்லை என்னை ஒன்றரை வயது குழந்தையா இருந்த என்னை அநாதை ஆஷ்ரமம் ல விட்டதும் அந்த ஆளுதான்.

"எ....என்ன சொல்ற"

"அட ஆமாம்... ஆனந்தனுக்கு குழந்தை பாக்கியம் இல்லாமல் பண்ணதும் அந்த ராஸ்கல் தான்"

"இ....இதெல்லாம் உனக்கு எப்படி"என்று வினவியபோது "அவன் கையில் கிடைத்த அந்த டைரியை பற்றி விவரித்தான். தன்னுடைய தாய் மாமன் எல்லாவற்றையும் ஒரு டைரியில் எழுதி வைத்திருந்தும் அதை வளர்ந்தவுடன் அவன் கையில் ஒப்படைக்க கூறியும் ஆஷ்ரமத்தில் இருப்பவரிடம் சொல்லியிருக்கவே அந்த டைரி அவனுக்கு கிடைத்தது என்பதை கூறினான்"

"சரி...உங்கள் தாய்மாமனுக்கு இதெல்லாம் எப்படி தெரிஞ்சிருக்கும்"என்று சிவாவின் கேள்விக்கு கண்ணீரையே பதிலாக தந்தான். இதுவரை அவன் சொல்வதை கேட்டுக்கொண்டு இருந்த சிவா அவன் தோள்களை பற்றியபடி "ராகுல் ப்ளீஸ்...ரிலாக்ஸ்"என்று கூறவே அவனுக்கு அந்த ஆறுதல் தெம்பூட்டியது. அப்படி என்றால் தற்போது நடந்த ஆனந்தன் கொலைக்கும் துரைராஜ் தான் காரணம் என்பதை புரிந்து கொண்ட சிவா....

"ராகுல் இதற்கெல்லாம் என்ன காரணம் இருக்கமுடியும்?" என்று வினவ.

"வேற என்ன இருக்கிற மொத்த சொத்தையும் அவனும் அவன் வாரிசு திவ்யா மட்டுமே அனுபவிக்கனும் அப்படிங்கிற வெறிதான்" என்று சொல்லி முடிக்க...

"ராகுல் உன் கோபம் நியாயமானது தான் ஆனால் அதுக்காக அப்பாவி திவ்யாவை கொல்றது தீர்வாகாது. ஒருவகையில் திவ்யா உன்னோட அக்கா ஸ்தானம்"

"அதான் ..அந்த ஒரே காரணம் தான் இன்னும்மும் எதுவும் செய்ய முடியாத நிலையில் இருக்கிறேன்"

"ஆனால் ராகுல் இதுல நீ லதாவை பகுடுகாயா பயன்படுத்துனது தான் ரொம்ப தப்பு பாவம் அவ உன்னை எவ்வளவு நேசிச்சா தெரியுமா?"

"நான் லதா கிட்ட கண்டிப்பாக மன்னிப்பு கேட்கனும்..நான் அவங்களுக்கு பன்ன த்ரோகத்துக்கு தான் மன்னிப்பே கிடையாது"

"உங்களோட மனைவினு சொல்ற அந்த பொண்ணு...என்று அந்த பெண்ணை பற்றி விசாரிக்க.."அவள் தற்செயலாக அறிமுகம் ஆகி மூன்று வருடங்கள் முன்பு திருமணம் செய்து கொண்டனர் என்பது சிவாவிற்கு தெரியவந்தது. ராகுலிற்கு உதவியாக தான் அந்த பெண் செயல்பட்டாள் என்பதை அவன் தெரிவித்தான்.

அத்தியாயம் *10*

சிவா ராகுலிடம் தெரிந்து கொண்டதை திவ்யாவிடம் பேசி விளக்குவதற்காக அவள் வீட்டிற்கு சென்றான் தலைப் பிரசவத்திற்கு வலியில் துடித்துக் கொண்டிருந்த அவளை அருகில் இருந்த உறவினர்கள் தூக்கிக்கொண்டு செல்வதை கண்டு துடித்தான் இந்த நேரத்தில் ராகுலை பற்றி திவ்யாவின் தந்தை செய்த செயலை பற்றியும் விளக்குவது சரியல்ல இதற்கான தக்க சமயம் வரும்போது சொல்லிக் கொள்வோம் என்றபடி திவ்யாவை அனுமதித்திருக்கும் மருத்துவமனைக்கு சென்றான் விஷயம் கேள்விப்பட்ட நண்பர்கள் அனைவரும் ஓடி வந்தனர்.லதா திவ்யாவிற்கு உதவியாக இருந்தாள் அருகில் இருந்த எல்லா பணிவிடைகளையும் செய்தாள்.

"லதா சாரிடி உங்க எல்லாருக்கும் கஷ்டத்தை கொடுக்கிறேன் என்றாள் திவ்யா"

"எதுடி கஷ்டம் பிரண்டுக்கு பணிவிடை பண்றதா போடி லூசு"என்ற செல்லமாக அவளை தட்டினாள் திவ்யாவிற்கு லேபர் வார்டு கூட்டி செல்லும் முன்பே பிரசவம் நடந்து விட்டது. அழகான ஆண் குழந்தை பிறந்ததை பார்த்த நண்பர்கள் ஏதோ தான் பெற்ற பிள்ளை போல அதை ஏக்கத்துடன் பார்த்து மகிழ்ந்தனர் குவா குவா என்று அது இடும் சத்தம் அவர்கள் காதுகளுக்கு இனிமையாக இருந்தது.

திவ்யாவின் கணவர் தன் குழந்தையை கையில் ஏந்தியபடி மனைவியையும் ஒரு புறம் பார்த்து இப்போ உனக்கு சந்தோஷமா திவ்யா நீ ஆசைப்பட்ட மாதிரி

உனக்கு ஒரு குழந்தை பிறந்துவிட்டது என்று அவர் கூற அதை கேட்ட திவ்யா ஆனந்தக் கண்ணீர் வடிக்க அந்த இடமே புத்துணர்ச்சி நிறைந்த இடமாக மாறியது.

விஷயம் கேள்விப்பட்டு ராகுலும் அந்த குழந்தையை பார்க்க வந்தான் ஆனால் லதா கோபத்துடன் அவனைத் தடுத்தாள் "ஆமா உனக்கு இங்கே என்ன வேலை உனக்கும் எனக்கும் இனி எந்த சம்பந்தமும் கிடையாது எதுக்கு இங்க வந்த ஏன் அந்த குழந்தையை என்ன பண்ணலானு வந்திருக்க? ராஸ்கல் என திட்டி தீர்த்து கோபத்தின் உச்சிக்கு சென்றாள் லதா"

அவளை சமாதானப்படுத்தும் விதமாக சிவா அவள் அருகே சென்று "லதா ப்ளீஸ் நடந்த விஷயம் வேற இதெல்லாம் நான் சொல்லனும்னு நினைச்சேன் ஆனா அவளுக்கு பிரசவ வலி வந்ததை பார்த்த உடனே என்னால் எதுவுமே பேச முடியல ஆனா இதுக்கெல்லாம் விளக்கம் நான் வந்து அப்புறமா சொல்றேன் ராகுல் மேல உனக்கு இருக்கிற கோபம் நியாயமானது தான் ஆனா அதுக்கு பின்னாடி இருக்கிற நியாயம் தெரியாத அந்த நியாயம் நான் சொல்லி புரிய வச்சு அப்புறமா நீங்களே இராகுல் பக்கம் என்ன நியாயம் இருக்கு என்றதையும் உன்னால புரிஞ்சுக்க முடியும்."

"இல்ல சிவா இவன் பக்கம் என்ன நியாயம் இருக்க போது சொல்லு பண்ணதெல்லாம் அயோக்கியத்தனம் இதுல என்ன நியாயம் இருக்க போது சொல்லு நீயே சொல்லு பாப்போம்"

"ஐயோ லதா இதெல்லாம் வந்து இங்கே பேசுற விஷயம் இல்லை இதெல்லாம் தனியாக ஒரு நாள் நான் உங்களுக்கு விளக்கமா சொல்றேன் இப்போ நம்ம திவ்யாக்கு குழந்தை பிறந்த சந்தோஷத்தை பத்தி மட்டும்

தான் நாம யோசிக்கணும் இங்க பாரு ராகுல் வந்து குழந்தையை பார்க்க மட்டும் தான் வந்திருக்கேன் ஒழிய வேறு எந்த காரணமும் அவனுக்கில்லை தயவுசெய்து புரிஞ்சுக்கோ பார்த்துட்டு போய்விடுவான் புரியுதா"

"என்ன சிவா பேசுறேன் நீ என்னை கொல்ல வந்தவனே நியாயப்படுத்தி பேசுற என்று திவ்யா வாதாட ஆரம்பித்தாள்"

"திவ்யா உனக்கும் தான் சொல்றேன் இந்த விஷயமே வேற இதை இப்ப சொல்ற விஷயம் இல்ல தயவு செஞ்சு நீயாச்சு புரிஞ்சுக்கோ ஆமா உன் குழந்தை பார்க்கிறது உனக்கு விருப்பம் இல்லேன்னா அவனை நான் திருப்பி அனுப்பி விடுறேன் இப்போ உனக்கு சந்தோஷமா"

"முதல்ல அந்த அயோக்கியனை வெளியில் அனுப்பி சிவா என்னால அவனை பார்க்க முடியாது அவன் என் குழந்தையை பார்ப்பதே பாவம் நினைக்கிறேன்"என்றாள் திவ்யா.

இவர்களுக்குள் உரையாடல் நீண்டு கொண்டே இருக்கவே என்ன செய்வது என்று தெரியாமல் ராகுல் அந்த இடத்தை விட்டு நகர்ந்தான். அவன் நகரும் அந்த நிமிடம் லதா அவன் அருகே சென்று "ஒரு நிமிஷம் உன்கிட்ட கொஞ்சம் பேசணும் என்றால் என்ன பேசப் போகிறார் என்று கூட யோசிக்காமல் அவள் கூப்பிட்ட உடனே சட்டென்று திரும்பி பார்த்தால் ராகுல் சொர்ணலதா என்ன சொல்லணும் நினைக்கிறாயோ சொல்லு என்ன திட்டுனா ஆசைப்பட்டாலும் திடீர் இல்லையென அடிக்கணும் என்று சொல்ல ரெண்டு அடி உனக்கு எல்லா உரிமையும் இருக்கு அது எனக்கு தெரியும் என உன்னை நம்ப வெச்சு நான் கழுத்தை

அறுத்தேன் அது எந்த அளவுக்கு தப்புன்னு எனக்கு புரியுது".

"பகடு காயாய் பயன்படுத்த உனக்கு அந்த புனிதமான காதல் தான் கிடைச்சிதா என்றாள் கண்ணீர் விட்டபடி"..

அவள் கேட்கும் கேள்விகளுக்கு மௌனமாகவே இருந்தான் ராகுல். பாவம் அவன் என்ன செய்வான் அவன் பக்கம் இருக்கும் நியாயத்தை கூறினாலும் அது தற்போது எடுபடாது எனவே மௌனத்தை கடைபிடித்த படி நின்று கொண்டிருந்தான் மௌனம் மட்டுமே பதிலாக இருந்தால் எப்படி ஏதாவது பேசு ராகுல் என்றபடி அவனை ஏக்கத்துடன் பார்த்தாள்.

"மன்னிச்சிடு என்ற ஒற்றை வார்த்தையில் பதில் சொல்லிவிட்டு அந்த இடத்தை விட்டு நகர முயற்சித்தான் .ஆனால் அவளோ ஓடி சென்று அவனை கட்டியணைக்க அவள் கண்களில் மட்டுமல்ல அவன் கண்களில் இருந்தும் நீர் ததும்பியது அவனால் சமாதானம் செய்ய முடியவில்லை அவளை உலுக்கி எழுப்பி சாரி லதா என்னை மன்னித்து விடு என்று அவளிடமிருந்து விலக்கிக் கொண்டு அந்த இடத்தை விட்டு மீண்டும் நடக்க முயற்சித்தான் ஆனால் என்னதான் அவளை பகடைக் காயை பயன்படுத்தினாலும் ஒருவகையில் அவளுடைய காதல் உண்மையானது தான்..எனவே அவளை விட்டு செல்லவும் மனமில்லை ஏற்றுக்கொள்ளவும் முடியாத நிலையில் அவனிருக்க....

"ஏண்டா என்னை ஏமாத்தின நா உண்மையா தான் இருந்தேன் என்று அவள் கதறிக் கொண்டே இருந்ததை அவரால் கேட்கமுடியவில்லை".

ஒரு முறையாவது அவளை திரும்பி பார்த்து விட்டு செல்வோமா என்றபடி திரும்பி பார்க்க அவள் கண்களில் ஏக்கத்துடன் அவனை பார்த்துக் கொண்டிருந்தாள்..

"சாரி" என்பதுப் போல் பார்வையால் கூறிவிட்டு அந்த இடத்தை விட்டு நகர்ந்தான்.

எப்படியோ வீட்டுக்கு வந்து சேர்ந்தவன் தன் மனைவியிடம் சென்று அவள் மடியில் தலை சாய்ந்து அழத் துவங்கினான். அவனுடைய அழுகைக்கு காரணம் என்னவென்று அவளுக்கு புரிந்தும் புரியாமலும் இருந்தது.

"நம்ப மும்பை போலாமா ராகுல்" என்றாள்

அவளை நிமிர்ந்து பார்த்தவன் சரி என்று தலையசைத்தான். மும்பை செல்லும் ஏற்பாடு நடந்தது.

அத்தியாயம் *11*

ராகுல் மும்பை செல்ல தயாரானான் தன் மனைவியுடன். ஊரில் இருக்கும் தனது வளர்ப்பு தாய் தந்தையிடம் போய் சென்றடைய...

இரயிலில் ஏறி அமர்ந்தவன் தனது தந்தை எழுதியிருந்த ஓர் கதையை படித்துக்கொண்டு வந்தான். அந்த கதையில் படிக்கும் ஒவ்வொரு வரியும் அவனை மெதுவாக தாக்கியது. குழந்தை இல்லாத தம்பதியரின் கதை அது. அப்படி தானே தன்னுடைய வளர்ப்பு தாய் தந்தை தன்னை ஆசையாக எடுத்து வளர்த்திருப்பார்கள். இதை புரிந்து கொள்ளாது நான் காரைக்குடி வந்து என்னென்னவோ நடந்துவிட்டதே..இதில் என்னுடைய ஆட்டத்திற்கு பாவம் என் மனைவியை வேறு பயன்படுத்தி கொண்டுள்ளேன் என்று வருந்தினான்.

அவனுடைய வருத்தங்களை புரிந்துகொண்ட அவனுடைய மனைவி "என்னங்க வருத்தப்படாதீங்க எல்லாமே நல்லதுக்குனு நினைச்சிக்கோங்க இப்ப நம்ம மும்பை போய் புதுசா ஒரு வாழ்க்கையை ஆரம்பிக்கலாம். இதை பத்தி எல்லாம் எதுவுமே யோசிக்காமல் அமைதியா இருங்க காலம் போற போக்குல உங்களுக்கு எல்லாம் சரியாயிடும்."

அவள் சொல்லும் வார்த்தைகள் அவனுக்கு ஆறுதல் அளித்தாலும் ஏனோ மனம் குழம்பிக் கொண்டே தான் இருந்தது. இந்த குழப்பத்திற்கு தீர்வு மும்பை சென்றால் கிடைக்குமா என்று தெரியாது. ஆனால் இப்போது மும்பை செல்வதே நல்ல முடிவாகும் என்று நினைத்துக் கொண்டு தன் பயணத்தை தொடர்ந்தான்

பயணத்தின் போது இடையில் கைப்பேசி ஒரு அழைப்பு வந்தது.

"ராகுல் கவலைப்படாதீங்க உங்க மேல கேஸ் ஏதும் இல்லாம நான் பாத்துகிறேன் ஆக்சுவலா திவ்யா கேஸ் கொடுத்திருக்கா நடந்ததை நினைத்து வருத்தப்படாமல் புதுசா ஒரு வாழ்க்கையை ஆரம்பிக்க என்றாள் எதிர்முனையில் லதா"

"என் மேலேயும் தப்பு இருக்கு தானே ஒருவகையில் திவ்யாவை வந்து அட்டாக் பண்ண முயற்சி பன்னது நான் தானே"என்று மறுபடியும் நொந்து கொள்ள

"அட என்ன ராகுல் நீங்க மறுபடியும் பழையதையே பேசிட்டு இருந்தா எப்படி? நீங்க மும்பை போங்க பத்திரமா"

"லதா சாரிங்க நடந்த தப்புக்கு எல்லாம் ஒரு வகையில் நானும் உடந்தையா இருந்துட்டேன் எல்லாமே என்னுடைய கணவனுக்காக தான் என்று வருந்தினாள் ராகுலின் மனைவி"ராகுலிடம் போனை பிடுங்கி.

....

நாட்கள் கடந்து கொண்டே போனது திவ்யாவுக்கு ஒரே குழப்பம் தன்னுடைய தந்தை துரைராஜ் உண்மையில் தப்பு செய்து இருப்பாரா இதை எப்படி நாம் நம்புவது நம் தந்தை இப்படிப்பட்ட ஆள் இல்லையே தன் சொந்த தம்பியையே அவர் எப்படி கொன்றிருக்க முடியும் இது நம்பும் படியான விஷயம் இல்லையே இதற்கு என்ன செய்வது. இந்த கேஸ் எப்படி ஹேண்டில் பண்றது ஒன்னும் புரியலையே.. என்று குழம்பிப் போனாள் திவ்யா.

இந்த குழப்பத்திற்கு தீர்வு கிடைக்கும் ஆனா நாம உடனே சிவா கிட்ட பேசியே ஆகனும் அவனுக்கு தான் எல்லா உண்மையும் தெரிஞ்சிருக்கு என்று யோசித்தாள் திவ்யா. அவள் யோசிப்பதற்குள் அவள் தாயான கலாவிடமிருந்து அலைபேசி வருவதற்கும் சரியாக இருந்தது.

"என்ன சொல்லுங்க மா? என்ன விஷயம் கால் பண்ணி இருக்கீங்க"

"எப்போ டி உங்க அப்பாவை வெளியில் எடுக்க போற உங்க அப்பா இல்லாம என்னால இருக்கவே முடியல ப்ளீஸ் ஏதாவது பண்ணு டி"

"அது தான் நான் யோசிக்கிறேன் அப்பா மேல உண்மையிலேயே தப்பு இருக்கான்னு தெரியல"

"உங்கள் அப்பா மேல தப்பு இருக்கா இல்லையான்னு அதை பத்தி எனக்கு கவலை இல்லை ஆனால் அப்பாவை எப்படியாச்சும் நீ வெளிலே கொண்டு வரனும் ப்ளீஸ் எனக்காக ஏதோ பன்னு டி" என்று கெஞ்சினாள்

"மா நீ இப்படி யோசிக்கிற ஆனால் இதே தேவி சித்தி என்ன யோசிக்கிறாய் என்று உனக்கு தெரியுமா உங்க கணவனை இழந்து தனிமரமாய் நின்னுட்டு இருக்காங்க அப்புறம் அப்பா வெளியில வந்தா அவர்களுக்கு இருக்கிற கோபம் அதிகமாகும்"

"அப்படி என்றால் அப்பாவை வெளியில் எடுக்க முடியாதுன்னு சொல்ல வரியா என்ன சொல்ல வர முழுசா சொல்லு"

"எதுவா இருந்தாலும் என் ஃப்ரெண்டு சிவா கிட்ட பேசிட்டு தானே நாம் ஒரு முடிவுக்கு வர முடியும் அவன் ஏதோ சொல்ல வந்தான் ஆனா அப்போ நான் பிரசவத்துக்கு ஹாஸ்பிடல்ல இருந்ததினால் அவனால் எதுவுமே பேச முடியல கண்டிப்பா அவளை சந்தித்து நான் பேசியே ஆகனும் நான் சென்னை கிளம்ப போறேன்"

சில தினங்கள் முன்பே பிறந்த தன் பச்சிளம் குழந்தையை பிரிந்து செல்கிறோம் என்பதை கூட அவர் யோசிக்காமல் இந்த பிரச்சினைக்கு ஒரு தீர்வு வேண்டும் அதனால் எப்படியேனும் சிவாவை சந்தித்து நடந்த விஷயத்தை தெரிந்து கொள்ள வேண்டும் என்று தான் மட்டுமே தனியாக சென்னைக்கு சென்றாள். தன் குழந்தையை பார்த்துக் கொள்ளும்படி ஒப்படைத்து விட்டு தன் கணவனிடமும் பிரியா விடை கொடுத்து சென்றால் நம் திவ்யா சென்னைக்கு சென்ற பின் சிவாவை சந்தித்து கலந்துரையாடல் செய்து கொண்டுதான் இந்த பிரச்சினைக்கு ஒரு தீர்வு கிடைக்கும் என்பதை ஆணித்தனமாக நம்புகிறாள்.

சென்னைக்கு புறப்படும் பஸ்ஸில் ஏறி அமர்ந்தாள். எனக்கு பக்கத்தில் அமர்ந்து இருக்கும் சக பயணியிடம் தன்னை அறிமுகப்படுத்திக் கொண்டாள்.

"ஹாய் ஐ யம் திவ்யா"

"கிரேட் ஐ யம் நித்யா...நானும் சென்னை தாங்க போறேன்"

"ஓ....என்ன விஷயமா?" என்று திவ்யா சற்று உரிமையுடன் கேட்டுவிட பதில் கூற முடியாமல் நித்யா தயங்கினாள்.

"சரி பரவாயில்லை சொல்ல விருப்பம் இல்லைனா சொல்ல வேண்டாம் நித்யா"

"ம்ம்ம் சொல்லக்கூடாதுனு இல்லை.. இருந்தாலும் தயக்கமாவே இருக்கு அதான்"

"ஓகே நித்யா...நோ ப்ராப்லம்"

இருவரும் வழக்கமான உரையாடலை உரையாடிவிட்டு திவ்யா ஜன்னல் வழியே பார்த்துக் கொண்டு வந்தாள். அப்படி ஜன்னல் வழியே என்னதான் தெரிகிறதோ தெரியவில்லை ஆனால் அந்த சிலுசிலுவென காற்று அந்த ரம்மியமான சூழல் அவளுக்கு இதமாக இருந்தது.

ஆனால் இதற்கிடையில் குழந்தையின் ஞாபகமும் அவ்வப்போது வந்து சென்றிருந்தது. ஐயோ பச்சிளம் குழந்தையை இப்படி தனியா தவிக்க விட்டுட்டு வந்து விட்டோமே அதை குளிப்பாட்டி இருப்பாங்களா பாலூட்டி இருப்பாங்களா அது இன்னும் தூங்கிட்டு இருக்குமா என்ன செய்துகொண்டிருக்கிறது தெரியலையே என்று மனதிற்குள் நொந்து கொண்டாள்.

சென்னை வந்து இறங்கியதும் என்ன ஆச்சரியம் அங்கு அவளுடைய நண்பன் விஜய் காத்துகிடப்பதை பார்க்க..

"விஜய்க்கு நாம வருவது தெரியாதே அப்றம் எப்படி வெயிட் பண்றான்"என்று யோசிக்க அவள் பக்கத்து சீட்டில் அமர்ந்திருந்த நித்யா அவனிடம் ஓடிச்சென்று "ஹாய் பேபி" என்று கட்டிக்கொள்ள "இது என்ன டா புது ட்விஸ்ட்"என்று யோசிக்க...எதர்ச்சையாக விஜய் இவளை பார்த்துவிட

"ஆமா நீ எப்போ சென்னை வந்த" என்று கேள்வியை அவளிடம் சமர்ப்பிக்க..

"இதோ..நித்யா மேடம் வந்த அதே பஸ்ஸில் தான் நானும் வந்தேன். ஆமா நித்யா யாரு உனக்கு"என்று கேட்க அதற்கு அவன் வெட்கப்பட்டுக் கொண்டு "நான் விரும்புகின்ற பொன்னு" என்று கூற...

"சரி சரி உன் காதல் கதையை அப்றம் கேட்டுக்கிறேன். நான் சிவா வீட்டுக்கு போறேன்" என்று சிவா வீட்டிற்கு ஒரு ஆட்டோ பிடித்து சென்றாள்.

அவளை வரவேற்ற சிவாவும் அனுவும் அவளை நன்கு உபசரித்து வந்த விஷயத்தை கேட்டறிந்தனர்.

"சிவா நடந்த எல்லாம் உண்மையும் சொல்லு" என்று கேட்க..

அவன் ஒவ்வொரு விஷயமாய் பட்டியலிட்டு கொண்டு இருக்க ...அவள் கண்களில் கண்ணீர் உருண்டோடியது.

"அ...அப்படினா ராகுல் என்னுடைய தம்பியா?"

"ம்ம்ம்"

"அப்படினா எங்க அப்பா ஒரு யமகிராதகனா...ச்ச அந்த ஆளு இனி வெளியே வரவேக்கூடாது எங்க அம்மாவை நான் சமாலிச்சிக்கிறன்"

"ஆமா..திவ்யா துரைராஜ் உங்கள் அப்பாவா இருந்தாலும் அவர், ஓர் குற்றவாளி அதுமட்டுமின்றி ராகுல் உன்னை தாக்க நினைச்சதுக்கு பின்னாடி நியாயமான காரணமும் இருந்திருக்கு"

"ஆமா சிவா...இப்ப ராகுல் இங்க?"

"மும்பை போனதா லதா சொன்னா"

"நான் ராகுல் கிட்ட பேசனும்.."என்று கவலையுடன் கூற உடனே அவனுடைய நம்பருக்கு தொடர்பு கொண்டாள்.

"ராகுல்...டேய் தம்பி என் செல்லமே எங்களை விட்டு ரொம்ப தூரம் போயிட்டியா"

"அ....அக்கா இ..இந்த வார்த்தைகாக எத்தனை நாள் காத்துட்டு இருந்தேன். இனி எனக்கும் உறவுனு சொல்லிக்க எல்லாரும் இருக்கீங்க ரொம்ப நன்றி அக்கா"

துர்க்கம் தாங்காது திவ்யா கதறி அழுதாள். தன் பெற்றோரின் ஆத்மா "அந்த அறைக்குள்" இருப்பதை கூறிய ராகுல் அதனால் உங்களுக்கு எந்த ஆபத்தும் வராது என்றும் ராகுல் கூறினான்.

"தம்பி நீ மறுபடியும் இந்த காரைக்குடி வீட்டுக்கு வரனும் டா அது உன் வீடு உன் சொத்து உனக்கும் உன் மனைவிக்கும் எல்லா உரிமையும் அங்க இருக்கு. ப்ளீஸ் வா டா"

"அக்கா நான் மும்பையில் என்னை வளர்த்த அப்பா அம்மாவை அம்போனு விட்டு வரவே மாட்டேன். அப்படி வருவதாக இருந்தால் அவங்களையும் கூட்டிட்டு தான் வருவேன்" என்று கூற...உன் வருகைக்காக காத்திருப்பேன் என்று கூறிவிட்டு அழைப்பை துண்டித்து மீண்டும் கதறி அழுதாள்.

ஒரு வருடம் கழிந்தது...

நீதிமன்றத்தில் துரைராஜுக்கு தூக்கு தண்டனை அளிவிக்கப்பட்டது. இந்நிலையில் கலா தன் கணவன் செய்த பாவங்களை கழுவ காசி ராமேஸ்வரம் என்று சென்றுவிட்டாள்.

"கடவுளே என் கணவன் செய்த பாவங்களுக்கு சட்டம் தண்டனை கொடுத்திருச்சு. இதுக்கு மேல அந்த பாவம் என் வாரிசுகளை பாதிச்சிற வேண்டாம் என்று மனமுருகி வேண்டிக்கொண்டாள்"

பாரம்பரிய வீடு வெறிச்சோடி போகவே திவ்யா தனது கணவன் மற்றும் குழந்தையுடன் இங்கே வந்துவிட்டாள். கலாவிற்கும் தேவியிற்கும் இப்ப இருக்கிற ஒரே ஆதரவு திவ்யா மட்டுமே. எப்பொழுது துரைராஜிற்கு தண்டனை வழங்கப்பட்டதோ அன்றிலிருந்து "அந்த அறைக்குள்" இருந்த இறந்து போன ஆத்மாக்களும் விடைப்பெற்றன. அந்த அறையில் இனி எந்த வித சத்தமும் கேட்காது. அந்த அறைக்கதவை திறக்கப்பட்ட நிலையில் அனைவரும் உலா வந்தனர்.

அன்று வழக்கம் போல் வாசலில் தண்ணீர் தெளித்து கோலம் போட்டுக்கொண்டு இருந்த திவ்யாவிற்கு இன்ப அதிர்ச்சி ஏனெனில் ராகுல் தனது மனைவி மட்டும் வளர்ப்பு தாய் தந்தையுடன் அங்கு வந்து நின்றான்.

"வாட் எ. சர்ப்ரைஸ்" என்று வியந்தாள் திவ்யா.

"என்ன அக்கா பாக்குறிங்க இனி நாங்களும் உங்க கூடவே இருக்கப்போறோம்" என்று இன்முகத்துடன் கூற அவனை கட்டித்தழுவி வரவேற்றாள் திவ்யா. உள்ளே வந்தவன் "அக்கா கலா பெரியம்மா எங்க?"

"அவங்க வருவாங்க டா மனசுல இருக்கிற கஷ்டமெல்லாம் தீர்ந்தவுடன்"

தேவியை பார்த்ததும்"சித்தி எப்படி இருக்கீங்க" என்று நலம் விசாரிக்க தேவியின் முகம் தாய்மையில் மலர்ந்தது "ராகுல் கண்ணா இனி நீ என் புள்ள டா..என்னை அம்மானு கூப்பிடு" என்றுரைக்க சிரித்துக்கொண்டே "சரிங்க மா" என்றான்.

அக்குடும்பம் மீண்டும் கலைகட்டியது. திவ்யா,அவளுடைய கணவன், குழந்தை, கலா, தேவி மற்றும் ராகுல் அவனுடைய மனைவி ,வளர்ப்பு பெற்றோர் என அனைவரும் ஒரே வீட்டில் கூட்டுக்குடும்பமாக வாழ்ந்து வந்தனர்.

முற்றும்